കെ.എം. രാഘവൻ നമ്പ്യാർ

കണ്ണൂർ ജില്ലയിൽ പഴയങ്ങാടിക്കടുത്ത് അടുത്തിലയിൽ ജനനം. അധ്യാപകൻ, പ്രധാനധ്യാപകൻ എന്നീ നിലകളിൽ കേരളത്തിലെ വിവിധ സർക്കാർ ഹൈസ്കൂളുകളിൽ പ്രവർത്തിച്ചു. അസിസ്റ്റന്റ് എഡ്യുക്കേഷണൽ ഓഫീസറായി വിരമിച്ചു. സംഗീതനാടക അക്കാദമി വൈസ് ചെയർമാനായും എക്സിക്യൂട്ടീവ് അംഗമായും സാഹിത്യ അക്കാദമി അംഗമായും പ്രവർത്തിച്ചിട്ടുണ്ട്.

നാടകകൃത്ത്, നടൻ, സംവിധായകൻ എന്നീ നിലകളിൽ നാടകരംഗത്ത് അറുപതിലേറെ വർഷങ്ങളായി പ്രവർത്തിക്കുന്നു. സംസ്ഥാനാടിസ്ഥാനത്തിലുള്ള അമേചർ നാടകമത്സരങ്ങളിൽ രചനയ്ക്കും സംവിധാനത്തിനും അഭിനയത്തിനുള്ള സമ്മാനങ്ങൾ നേടിക്കൊണ്ട് ഈ രംഗത്ത് ശ്രദ്ധേയനായി.

അമേചർ കലാസമിതികൾക്കു പുറമേ കോഴിക്കോട് സംഗമം, കോഴിക്കോട് മ്യൂസിക്കൽ തിയറ്റേഴ്സ്, കണ്ണൂർ സംഘചേതന, കാഞ്ഞങ്ങാട് കാകളി തിയേറ്റേഴ്സ് എന്നീ പ്രൊഫഷണൽ നാടകസംഘങ്ങളിലും പ്രവർത്തിച്ചു.

കേന്ദ്ര സംഗീതനാടക അക്കാദമിയുടെ നാടകത്തിനുള്ള ടാഗോർ ദേശീയ അവാർഡ്, കേരള സംഗീതനാടക അക്കാദമി അവാർഡ്, കേരള സാഹിത്യ അക്കാദമി അവാർഡ്, കേരള സാഹിത്യ അക്കാദമി എൻഡോവ്മെന്റ്, ചെറുകാട് അവാർഡ്, അബുദാബി ശക്തി അവാർഡ്, എൻ.സി. ശേഖർ അവാർഡ്, കേരള സംഗീതനാടക അക്കാദമി ഫെല്ലോഷിപ്പ് എന്നീ പുരസ്കാരങ്ങൾ നേടി.

'രാജസൂയം' കാലിക്കറ്റ് യൂണിവേഴ്സിറ്റിയിലും 'സഞ്ജീവനി' മഹാത്മാഗാന്ധി യൂണിവേഴ്സിറ്റിയിലും 'അധിനിവേശത്തിന്റെ ആസുരവഴികൾ' കണ്ണൂർ- കാലിക്കറ്റ് യൂണിവേഴ്സിറ്റികളിലും പാഠപുസ്തകമായിട്ടുണ്ട്.

ചിതാപുഷ്പം, ദിവ്യദുഃഖം, കാലനേമി, ഉഷഃസന്ധ്യ, പ്രഹേളിക, രാജസൂയം, വജ്രമുഷ്ടി, കർമ്മഭൂമി, സ്വാതന്ത്ര്യം തന്നെ ജീവിതം, നന്ദി വീണ്ടും വരിക, പ്രജാപതി, കാളകൂടം, പുറങ്കാലൻ, സഞ്ജീവനി, നിശായനം, രോഗം ഫ്രീ മാർക്കറ്റ് തുടങ്ങിയുവ മുഖ്യനാടകങ്ങൾ. ദശപുഷ്പം, കിനാക്കുഞ്ഞുങ്ങൾ, സ്കൂൾ ഏകാങ്കങ്ങൾ എന്നീ ഏകാങ്ക സമാഹാരങ്ങളും എസ്.എൽ.പുരം - അരങ്ങിലെ പടഹധ്വനി, എം.ആർ.ബി. - ഇരുട്ടുകീറിയ വജ്രസൂചി എന്നീ ജീവചരിത്രഗ്രന്ഥങ്ങളും അരങ്ങിന്റെ സമരഭാഷ, നാടകം പ്രേക്ഷകന്റെ കല എന്നീ പഠനഗ്രന്ഥങ്ങളും കെ.എം. രാഘവൻ നമ്പ്യാരുടെ തെരഞ്ഞെടുത്ത നാടകസമാഹാരവും ആണ് മറ്റു കൃതികൾ.

1985ൽ ഇന്ത്യൻ പനോരമയിലേക്ക് തെരഞ്ഞെടുക്കപ്പെട്ട 'കിളിപ്പാട്ട്' എന്ന സിനിമയക്ക് കഥയും സംഭാഷണവും ഗാനങ്ങളും രചിച്ചു. ദൂരദർശൻ സീരിയലിനും ടെലിഫിലിമുകൾക്കും തിരക്കഥ രചിച്ചിട്ടുണ്ട്.

കണ്ണൂർ ജില്ലയിൽ കല്ല്യാശ്ശേരിയിലാണ് താമസം.

ഭാര്യ : പത്മകുമാരി (late)
മക്കൾ : സുധീർ, സീമ, മായ
വിലാസം : 'ശ്രീപത്മം', കല്ല്യാശ്ശേരി പി.ഒ., കണ്ണൂർ - 670 562
ഫോൺ : 04972 780 852, 9349254252, 892176908(

AF741026

Malayalam Language
Ithihasa Maunangal
(Drama)
by
K. M. Raghavan Nambiar

♦

Published in March 2023
by Kairali Books Private Limited
Thalikkavu Road, Kannur.
Ph : 0497-2761200
Email : kairalibooksknr@gmail.com

♦

Cover Design
Prasanth Mangad

♦

Printed at
Printing Park, Tly

111/22-23/Sl.No.1419/300/NS 18.6
ISBN 978-93-93397-63-8

ഇതിഹാസമൗനങ്ങൾ

കെ.എം. രാഘവൻ നമ്പ്യാർ

കൈരളി ബുക്സ്

ഉള്ളടക്കം

ആമുഖം

രാമായണം, മഹാഭാരതം എന്നീ ഇതിഹാസകൃതികളിൽ അവയുടെ സ്രഷ്ടാക്കൾ ചില സന്ദർഭങ്ങളിൽ മൗനം ഭജിച്ചിട്ടുള്ളതായിക്കാണാം. അവയിൽ ചില സന്ദർഭങ്ങളാണു ചെറുതും വലുതുമായ ഇതിലെ അഞ്ചു നാടകങ്ങളുടെ വിഷയം. സാധാരണ വായനക്കാർക്ക് അനുചിതമെന്നും യുക്തിരഹിതമെന്നും തോന്നാവുന്ന ഈ സന്ദർഭങ്ങളെക്കുറിച്ച് ഉന്നയിക്കുന്ന ചോദ്യങ്ങളാണു നാടകങ്ങളായി രൂപാന്തരപ്പെടുന്നത്. യുഗങ്ങളായി ഉന്നയിക്കപ്പെടുന്ന ഇതിലെ ചോദ്യങ്ങൾക്കെല്ലാം പല കാലങ്ങളായി പല തത്വചിന്തകരും ഉത്തരം പറഞ്ഞിട്ടുണ്ടാകാം. എന്നാലും ഏതാണു ശരിയുത്തരം എന്ന് ഇന്നും നിർണ്ണയിക്കപ്പെട്ടുകഴിഞ്ഞിട്ടില്ല. അതുകൊണ്ട് ചോദ്യങ്ങൾ ചോദിച്ചുകൊണ്ടേയിരിക്കുന്നു. കടലിലെ ഓളങ്ങളെപ്പോലെ മനസ്സിലെ ചോദ്യങ്ങൾക്കും അവസാനമില്ല.

സാമാന്യം ദീർഘമായ ഒരു നാടകത്തോടുകൂടിയാണ് ഈ സമാഹാരം ആരംഭിക്കുന്നത്. ഇതിഹാസത്തിലെ ഏറ്റവും സംഘട്ടനപ്രധാനവും സംഭവബഹുലവുമായ ഒരു സന്ദർഭത്തിൽ ധർമ്മത്തിന്റെ മറവിൽ നടക്കുന്ന അധർമ്മങ്ങളുടെ ഘോഷയാത്രയാണ് വിഷയമാകുന്നത്. ഭീഷ്മർ, ദ്രോണർ, കർണ്ണൻ. ദുര്യോധനൻ എന്നിവരുടെ വധത്തിന്റെ പിന്നിലെ അധർമ്മപ്രവൃത്തികൾ ചോദ്യംചെയ്യപ്പെടുന്നു. എല്ലാറ്റിനും കാർമ്മികത്വം വഹിക്കുന്നതാകട്ടെ ധർമ്മസംസ്ഥാപനത്തിനായി ഭൂമിയിൽ വന്നു പിറന്ന സാക്ഷാൽ ഈശ്വരൻ. സ്വപക്ഷത്തുനിന്നും അദ്ദേഹത്തിന്റെ നേർക്ക് ആരോപണങ്ങളുണ്ട്. അർജ്ജുനന്റെ വനവാസകാലത്ത് എല്ലാ ആയുധവിദ്യകളും പഠിപ്പിച്ചുവളർത്തി വിശ്വൈകവീരനാക്കിയ അഭിമന്യുവെപ്പോലും 'കൊല്ലാതെകൊണ്ടില്ല.' അതുപോകട്ടെ, അവന്റെ മരണത്തിൽ നിസ്സംഗനായി നില്കയുമായിരുന്നു. ഭീമപുത്രനായ ഘടോത്ക്കചന്റെ മരണവാർത്തയറിഞ്ഞപ്പോൾ ആഹ്ലാദത്തോടെ ചിരിക്കുകയും ചെയ്തു. ഈ സംഭവങ്ങളിലുണ്ടായ സംശയങ്ങൾക്ക് കൃഷ്ണൻ മറുപടി പറഞ്ഞുവെങ്കിലും ആരു വിശ്വസിക്കാൻ. ഇങ്ങനെ ആർക്കും തൃപ്തികരമായ ഉത്തരങ്ങൾ നൽകാൻ കഴിയാത്ത ചോദ്യങ്ങളാണ് വിജയികളുടെ വിലാപത്തിലുടനീളം.

രണ്ടാമത്തെ ലഘുനാടകത്തിൽ ചോദ്യങ്ങൾ ചോദിക്കുന്നത് ധൃതരാഷ്ട്രനോടും കുന്തിയോടുമാണ്. അവരുടെ ഉത്തരം കേട്ടിട്ട്

വ്യാസൻപോലും ചിരിക്കുന്നു. ഉത്തരമറിയാത്ത ഇത്തരം ചോദ്യങ്ങൾ ചോദിപ്പിച്ചതും അദ്ദേഹം തന്നെ. അടുത്ത നാടകത്തിൽ നരനും വാനരനും തമ്മിലുള്ള വ്യത്യാസം ഹനുമാൻ സുഗ്രീവന് വിവരിച്ചുകൊടുത്തുവെങ്കിലും ബാലിവധത്തിനുശേഷം ജ്യേഷ്ഠപത്നിയെ ഭാര്യയാക്കി വെച്ചു വാനരരാജാവായി തുടരുകയാണ്. ബാലിവധത്തിനു ന്യായീകരണവുമില്ലാതാക്കി. സീതയുടെ പരിത്യാഗവും തുടർന്നു സൂര്യവംശത്തിന്റെ അവകാശികളെ പെറ്റുപോറ്റി തിരിച്ചേല്പിച്ചശേഷം സീത നടത്തുന്ന ആത്മത്യാഗവും ലോകസാഹിത്യത്തിന്നു എന്നും വിഷയമായിരുന്നു. എന്നാൽ സീതയെ അനുഗമിച്ച് വാല്മീകി സംയമനം വിട്ടു ചോദ്യങ്ങൾ ചോദിക്കുന്നുവെന്ന പ്രത്യേകതയുണ്ട് പതിവ്രതയായ പാവയിൽ.

ലോകരക്ഷണമെന്ന തന്റെ കർമ്മനിർവ്വഹണത്തിന്നിടയിൽ ദുഷ്ടരാജാക്കന്മാർ പിടിച്ചുകൊണ്ടുവന്നു തങ്ങളുടെ അധീനതയിൽ പാർപ്പിക്കുകയുണ്ടായ സ്ത്രീകളെ മോചിപ്പിച്ച് കൃഷ്ണൻ ദ്വാരകയിൽ കൊണ്ടുവന്നു സംരക്ഷിക്കുകയുണ്ടായല്ലോ. അതിന്റെ പേരിൽ ഉയർന്നുവന്ന അപവാദങ്ങളുടെ സത്യാവസ്ഥ അന്വേഷിച്ചിറങ്ങിയ നാരദരുടെ 'പരീക്ഷ'യിൽ തെളിഞ്ഞ വസ്തുതകളാണു 'രക്ഷയും പരീക്ഷയും' എന്ന നാടകത്തിലെ വിഷയം.

ലോകാവസാനംവരെ ശരിയുത്തരം ലഭിക്കാത്ത ചോദ്യങ്ങൾ ചോദിച്ചുകൊണ്ടിരിക്കുന്നു എന്നതുകൊണ്ടാണ് രാമായണവും മഹാഭാരതവും ഇതിഹാസങ്ങളാകുന്നതും. ഉത്തരം ലഭിച്ചില്ലെങ്കിലും അതിന്നായി നടത്തുന്ന അന്വേഷണം തന്നെ എത്ര മഹത്തരം.

പ്രേക്ഷകരേയും വായനക്കാരേയും നന്മയിലേക്കു നയിക്കാൻ സഹായകമായ എന്തെങ്കിലും ചലനങ്ങൾ അരങ്ങിലായാലും വായനയിലായാലും സൃഷ്ടിക്കാൻ ഈ നാടകസമാഹാരത്തിന്നു കഴിയുമെന്നുതന്നെയാണ് എന്റെ വിനയപൂർവ്വമായ പ്രതീക്ഷ.

കെ.എം. രാഘവൻ നമ്പ്യാർ

വിജയികളുടെ വിലാപം

കഥാപാത്രങ്ങൾ

ധർമ്മപുത്രൻ
ശ്രീകൃഷ്ണൻ
അർജ്ജുനൻ
ഭീമസേനൻ
ദ്രൗപദി
കുന്തി

(നാടകത്തിലെ സംഭവങ്ങളെല്ലാം ധർമ്മപുത്രരുടെ പടകുടീരത്തിൽ നടക്കുന്നു. സംവിധായകന്റെ ഔചിത്യപൂർണ്ണമായ ഭാവനയ്ക്കനുസരിച്ച് ലളിതമായി കുടീരം ഒരുക്കാം. സംഭവങ്ങൾക്കനുസരിച്ചു എന്തെങ്കിലും മാറ്റം വേണമെങ്കിൽ അതും സംവിധായകനു നിശ്ചയിക്കാം.)

രംഗം 1

കുന്തി : മകനേ യുധിഷ്ഠിരാ...

യുധിഷ്ഠിരൻ : ആര് അമ്മയോ.. ഈ രാത്രിയിൽ.. പടകുടീരത്തിൽ?

കുന്തി : അമ്മയുടെ ജീവിതം തന്നെ ഒരു നീണ്ട കാളരാത്രിയായിരുന്നില്ലേ. സൂര്യൻ എന്നും എന്നോട് മുഖം കറുപ്പിച്ചു നിന്നിട്ടേയുള്ളൂ.

യുധിഷ്ഠിരൻ : ഇന്നലെ തുടങ്ങിയ യുദ്ധം ഇന്നു അർദ്ധരാത്രി കഴിഞ്ഞിട്ടും തുടരുകയാണ്.

കുന്തി : യുദ്ധമെല്ലാം നടക്കന്നത് അമ്മമാരുടെ നെഞ്ചകങ്ങളിൽ. അല്ലെങ്കിൽ പത്നികളുടെ സ്വപ്നവാടികളിൽ

യുധിഷ്ഠിരൻ : സുഭദ്രയെ കണ്ടുകാണും

കുന്തി : ഉത്തരയേയും

യുധിഷ്ഠിരൻ : ഗർഭിണിയായ ഉത്തര! അഭിമന്യുവിന്റെ ദാരുണമായ അന്ത്യത്തിന്ന് ഞാനാണ് ഉത്തരവാദി.

കുന്തി : ആരും ഒന്നിനും ഉത്തരവാദിയല്ല. വിധി. വിധിയാണ് എല്ലാറ്റിനും ഉത്തരവാദി. വിധിക്കല്ലാതെ ഇത്ര ക്രൂരത കിട്ടാൻ കഴിയില്ല.

യുധിഷ്ഠിരൻ : പിതാമഹൻ വീണപ്പോൾ ഇനി എല്ലാം എളുപ്പമായിരിക്കുമെന്നു കരുതി. എന്നാൽ യുദ്ധം കൂടുതൽ രൂക്ഷമായിത്തീരുകയായിരുന്നു. ദ്രോണാചാര്യരുടെ നേതൃത്വത്തിൽ പത്മവ്യൂഹമൊരുക്കി എന്നെ തടവുകാരാനാക്കാനായിരുന്നു എന്റെ നേർക്കുള്ള ആക്രമണം. ഗത്യന്തരമില്ലാതെയാണമ്മേ ഞാൻ അഭിമന്യുവെ വരുത്തിയത്. അവനെ ചതിച്ചുകൊന്നതാ. കർണ്ണനും ആചാര്യനും ചേർന്നു ചതിക്കുകയായിരുന്നു.

കുന്തി : കർണ്ണൻ.. കർണ്ണൻ ചതിയനല്ല മോനേ. ദുര്യോധനനോടുള്ള കടപ്പാട് അവനെക്കൊണ്ട് അധമവൃത്തികൾ ചെയ്യിക്കുന്നതാണ്. ആചാര്യനും ഉണ്ട ചോറിനുള്ള കൂറുകാട്ടുകയായിരുന്നു.

യുധിഷ്ഠിരൻ : ആയിരിക്കാം. ഞാൻ ആരെയും വിചാരണ ചെയ്യാൻ തുനിയുകയല്ല. ആ ചതിക്കു മുമ്പിൽ കുരുതി കൊടുത്തത് പാണ്ഡവവംശത്തിന്റെ ഏറ്റവും തിളക്കമാർന്ന രത്നത്തെ അർജ്ജുനനൊഴികെ മറ്റാർക്കുംതന്നെ കൊല്ലാൻ കഴിയില്ലെന്ന ശിവന്റെ വരബലത്തിൽ തന്റെ നേർക്കടുത്ത ജയദ്രഥനോട് വീരോചിതമായി യുദ്ധം ചെയ്യുന്നതിനിടയിലാണ് ആചാര്യന്റെ ആജ്ഞയനുസരിച്ചു പിൻവശത്തൂടെ ചെന്നു വില്ലുമുറിച്ചു കർണ്ണൻ കുമാരനെ നിരായുധനാക്കിയത്. ക്ഷത്രിയർക്കു ചേർന്ന പ്രവൃത്തിയാണോ കർണ്ണൻ ചെയ്തത്.

കുന്തി : അറിഞ്ഞുകൂടാ. ശിഖണ്ഡിയെ മുൻനിർത്തി ആയുധം വെയ്പ്പിച്ചു ക്ഷത്രിയർക്കു യോജിച്ചതാണോ എന്നും കുന്തിക്കറിയില്ല. കുന്തിക്ക് ഒന്നുമറിയില്ല. ആ അറിവില്ലായ്മയാണല്ലോ ഈ യുദ്ധം തന്നെ വരുത്തിവെച്ചത്.

യുധിഷ്ഠിരൻ : അമ്മ പറഞ്ഞുവരുന്നത്.

കുന്തി : അമ്മ വളർന്നതും ജീവിച്ചതും ചതിയുടെ വിഷാദസമുദ്രത്തിൽ നീന്തിത്തുടിച്ചാണ്. കുരുക്ഷേത്രയുദ്ധം ആരംഭിച്ചതിന്നുശേഷം കഴിഞ്ഞ പതിമ്മൂന്നുദിവസവും അമ്മ കേട്ടത് ചതിയുടെ വീരഗാഥകൾ. ചതി ജീവിതത്തിലും യുദ്ധത്തിലും ധർമ്മാനുഷ്ഠാനത്തിന്റെ ഭാഗമായി മാറുകയാണോ ധർമ്മജാ..

ദ്രൗപദി : അമ്മ മകന്റെ അടുത്തേക്ക് പോന്നതായിരുന്നോ? അന്തഃപുരത്തിലേക്കു മടങ്ങാൻ സാരഥി രഥവുമായി കാത്തിരിക്കുന്നു.

(കുന്തി പോകുന്നു)

യുധിഷ്ഠിരൻ : അമ്മ പോകൂ.. പടകുടീരം പടയാളികൾക്കും

പ്രേതങ്ങൾക്കും വിഹരിക്കാനുള്ളതാണ്.

ദ്രൗപദി : രാജമാതാവും രാജാവും ചേർന്നു എന്തായിരുന്നു ആലോചന. യുദ്ധത്തിൽനിന്നു പിൻവാങ്ങി പഴയപോലെ വനവാസത്തിനൊരുങ്ങാൻ തീരുമാനിച്ചുകാണും.

യുധിഷ്ഠിരൻ : യുദ്ധത്തിന്റെ ഗതി ഇങ്ങനെതന്നെയാണെങ്കിൽ വനവാസമില്ലാതെ മറ്റെന്തു സുരക്ഷ. അവധ്യനെന്നു കരുതിയ ജയദ്രഥനെ അർജ്ജുനൻ കൊന്നതിൽ രോഷം പൂണ്ടു കൗരവപ്പട അർദ്ധരാത്രി കഴിഞ്ഞിട്ടും ഇപ്പോഴും യുദ്ധം തുടർന്നുകൊണ്ടിരിക്കുകയാണ്. ആചാര്യനും കർണ്ണനും തന്നെയാണ് പടനയിക്കുന്നത്.

ദ്രൗപദി : പാണ്ഡവപ്പടയെ നയിക്കാൻ അർജ്ജുനനും കൃഷ്ണനും ഇല്ലേ. പിന്നെ എന്തിന്നു ഭയപ്പെടണം. ക്ഷത്രിയർക്കു ഭയം ഭൂഷണമല്ല.

യുധിഷ്ഠരൻ : ഭയമല്ല ഉത്ക്കണ്ഠ. എങ്ങനെ ഉത്ക്കണ്ഠപ്പെടാതിരിക്കും. അവസാനിക്കാത്ത കീർത്തിധാവള്യത്തോടെ ഹസ്തിനപുരം വാണരുളേണ്ട മഹാപരാക്രമിയേയാണ് ആത്മരക്ഷാർത്ഥം ഞാൻ കൊലക്കുകൊടുക്കുന്നത്.

ദ്രൗപദി : അത്ര മനോവേദനയുണ്ടെങ്കിൽ ദുര്യോധനന്റെ കാരാഗൃത്തിൽ പോയി കിടക്കാമായിരുന്നില്ലേ. അല്ലെങ്കിൽ ആചാര്യരുടേയോ കർണ്ണന്റേയോ അസ്ത്രമേറ്റു വീരസ്വർഗ്ഗം പൂകാമായിരുന്നല്ലോ. എങ്കിൽ യുദ്ധവും അവസാനിക്കുമായിരുന്നില്ലേ.

യുധിഷ്ഠരൻ : പരിഹസിക്കുകയാണോ. സുഭദ്രയുടേയും ഉത്തരയുടെയും കിടപ്പുകണ്ടിട്ട് നിനക്ക് ഒരു ദുഃഖവും തോന്നുന്നില്ലേ.

ദ്രൗപദി : ഇക്കഴിഞ്ഞ പതിമ്മൂന്ന് ദിവസങ്ങൾക്കുള്ളിൽ രാജ്യത്തിന്റെ നാനാഭാഗങ്ങളിലും ഇതുപോലെ നെഞ്ചുപൊട്ടി വിലപിക്കുന്ന അമ്മമാരെക്കുറിച്ചും ഭാര്യമാരെക്കുറിച്ചും രാജാവിനു ഉത്ക്കണ്ഠയില്ലേ. എനിക്കു ഒരു കാര്യത്തിൽ മാത്രമേ ദുഃഖമുള്ളൂ. അഭിമന്യു എന്റെ ഉദരത്തിൽ പിറ

ക്കാത്തതിൽ.

യുധിഷ്ഠരൻ : ദ്രൗപദീ...

ദ്രൗപദി : അതേ മഹാരാജൻ.. അഭിമന്യുനടത്തിയ ത്രസിപ്പിക്കുന്ന ഘോരയുദ്ധത്തെക്കുറിച്ച് ഒന്നും കേട്ടില്ലേ രാജൻ. കൗമാരപ്രായം വിട്ടുമാറാത്ത ഒരു യുവാവിന്നുചുറ്റും വേട്ടനായ്ക്കളെപ്പോലെ താടിയും മുടിയുമായി ദ്രോണരും കൃപരും മധ്യാഹ്നസൂര്യനെപ്പോലെ കർണ്ണനും ഓടിക്കൂടുകയായിരുന്നത്രേ. ഒരേസമയം ആക്രമണത്തിനു മുതിർന്ന അവരുടെ വില്ലും മുറിച്ചു തേരും തകർത്തു സാരഥിയെയും കൊന്നു നരസിംഹം പോലെ കൊല്ലാനായി അടുക്കുന്ന കുമാരനെ കണ്ട് തേരിൽനിന്നും ചാടി അവരെല്ലാം പടക്കൂട്ടത്തിൽ ഒളിക്കുകയായിരുന്നുപോലും. അവസാനം അവൻ... ആ ജയദ്രഥൻ.. എന്നെ പിടിച്ചുകൊണ്ടുപോകാൻ ശ്രമിച്ച ആഭാസൻ, ശിവൻ കൊടുത്ത വരബലത്തിന്റെ പിന്തുണയോടെ കുമാരനോടേറ്റ് കൊന്നില്ലെങ്കിൽ കൗരവർക്കു പട നയിക്കാൻ ആളില്ലാതെ വരുമായിരുന്നു. യുദ്ധത്തിലെ എക്കാലത്തേയും വീരനായകനായി അഭിമന്യു വാഴ്ത്തപ്പെടും.

യുധിഷ്ഠരൻ : അവൻ നമുക്ക് നഷ്ടപ്പെട്ടില്ലേ ദ്രൗപദീ..

ദ്രൗപദി : കുറച്ചുസമയം മാത്രമേ ഉള്ളുവെന്നുകരുതി മിന്നൽപ്പിണരിന്റെ കാന്തിയ്ക്കു മൂല്യം കുറഞ്ഞുപോകുന്നില്ല. അഭിമാനിക്കൂ രാജൻ. അവന്റെ അച്ഛൻപോലും ദുഃഖിച്ചിരിക്കാതെ തന്റെ മകന്റെ മരണത്തിന്ന് കാരണക്കാരനായ ജയദ്രഥനെ പിന്തുടർന്നു ചെന്നു കഴുത്തറുത്തിടുകയായിരുന്നില്ലേ. അതാണ് പൗരുഷം.

യുധിഷ്ഠരൻ : ജയദ്രഥവധം വളരെ സാഹസികമായിരുന്നെന്നും കണ്ടുനിന്നവരെല്ലാം പറഞ്ഞു. സൂര്യൻ അസ്തമിക്കുന്നതിന്നു മുമ്പെ ജയദ്രഥനെ വധിച്ചില്ലെങ്കിൽ തീയിൽ ചാടി മരിക്കുമെന്ന അർജ്ജുനന്റെ ശപഥത്തെക്കുറിച്ചറിഞ്ഞ കൗരവപ്പട ജയദ്രഥനെ

യുദ്ധഭൂമിയിൽ ഒളിപ്പിച്ചുനിർത്തുകയയിരുന്നുവ ത്രെ. സുദർശനം കൊണ്ടു സൂര്യനെ മറച്ചു കൃത്രിമമായി അസ്തമനമായെന്നു തോന്നിച്ചു പുറത്തുചാടിച്ചാണ് കൃഷ്ണൻ ജയദ്രഥനെ കൊല്ലിച്ചത്. ശിരസ്സുഭൂമിയിൽ വീണാൽ കൊന്ന വൻ മരിക്കുമെന്ന വരമുള്ളതുകൊണ്ട് സന്ധ്യാ വന്ദനത്തിനായി ഒരുങ്ങിയ പിതാവിന്റെ കൈക്കു മ്പിളിൽ ജയദ്രഥന്റെ തല കൊണ്ട് വീഴ്ത്താനു പദേശിച്ചതും കൃഷ്ണൻ തന്നെ. ശത്രുനിഗ്രഹ ത്തിന്നായി എന്തൊക്കെ ഉപായങ്ങളാണ് കൃഷ്ണൻ പ്രയോഗിക്കുന്നത്.

ദ്രൗപദി : ദുശ്ശാസനൻ എന്റെ ഉടുപുടവ അഴിച്ചപ്പോഴും അദൃശ്യനായി നിന്നു തടഞ്ഞതു എന്റെ ഭർത്താ ക്കന്മാരായിരുന്നില്ലല്ലോ.

യുധിഷ്ഠരൻ : ബ്രഹ്മചാരിയായി വന്ന് ചീരയില വാങ്ങിയുണ്ട് ദുർവാസാവിന്റെ കോപത്തിൽനിന്നു രക്ഷിച്ചതും കൃഷ്ണന്റെ അനുഗ്രഹം തന്നെ.

ദ്രൗപദി : എല്ലാം അറിഞ്ഞുകൊണ്ടു പിന്നെ ഈ വ്യാകു ലതകൾക്ക് കാരണം? യുദ്ധത്തിൽ ജയമെന്നതു പോലെതന്നെ പരാജയവും ഉണ്ടാവും. കൃഷ്ണ നെയും പരാക്രമികളായ അനുജന്മാരെയും വിശ്വ സിച്ച് ദുഃഖമകറ്റി ഈ അവസരം സ്ഥിരചിത്തത യോടെ അവരെ നയിക്കുകയാണ് വേണ്ടത്. ഏ! യുവരാജൻ ഭീമസേനനല്ലേ വരുന്നത്. തല താഴ്ത്തി തളർന്ന കാൽവെയ്പോടെയുള്ള ഈ വരവ്. ഈശ്വരാ, ഇനിയും ദുരന്തവാർത്തയോ..

യുധിഷ്ഠരൻ : അനുജാ ഭീമസേനാ. നീ എന്താ പരവശനായി രിക്കുന്നത്. ഇന്നോളം ഇങ്ങനെയൊരു ഭാവ ത്തിൽ നിന്നെ ഞാൻ കണ്ടിട്ടില്ലല്ലോ.

ഭീമൻ : ഘടോൽക്കചൻ കൊല്ലപ്പെട്ടു ജ്യേഷ്ഠാ..

യുധിഷ്ഠിരനും
ദ്രൗപതിയും : ദൈവമേ ... എന്താണ് കേൾക്കുന്നത്.

ഭീമൻ : എന്റെ വീര്യം മുഴുവൻ പൈതൃകമായി ഏറ്റുവാ ങ്ങിയ മഹാബലവാൻ. എന്റെ മകൻ പാണ്ഡവ

സുതരിൽ അഗ്രജൻ. അവനെ കർണ്ണൻ കൊന്നു.

യുധിഷ്ഠിരൻ : അഭിമന്യുവിനെ ചതിച്ചുകൊന്നിട്ടും കലിയടങ്ങാതെ മറ്റൊരു പാണ്ഡവസുതനേയും ഇല്ലാതാക്കി. ആ ദുഷ്ടൻ നമ്മെ മുഴുവൻ നശിപ്പിച്ചേ അടങ്ങൂ.

ഭീമൻ : വില്ലും മുറിഞ്ഞു തേരും തകർന്നു ഗദായുദ്ധത്തിലും തോറ്റു ഭയന്നുനിന്ന കർണ്ണനെ ഘടോൽക്കചൻ കൊല്ലാനടുത്തതായിരുന്നു. അപ്പോഴേക്കും ദിവ്യശക്തിയുള്ള ഒരു വേലെടുത്തെറിഞ്ഞു അവന്റെ നെഞ്ചുപിളർത്തി.

ദ്രൗപദി : കർണ്ണന്റെ കൈയിലുള്ളതുപോലെ ദിവ്യായുധങ്ങൾ മറ്റാരുടെ പക്കലുമില്ലെന്നു അച്ഛൻ പറഞ്ഞു കേട്ടിട്ടുണ്ട്. പരശുരാമശിഷ്യനായ കർണ്ണനെ ആർക്കും തോല്പിക്കാൻ കഴിയില്ലെന്നും.

യുധിഷ്ഠിരൻ : അവനെ സ്മരിക്കുമ്പോൾപോലും എനിയ്ക്കു നടുക്കമാണു ഭീമാ. കൃഷ്ണാർജ്ജുനന്മാർ അവനെ വധിക്കാൻ ഇനിയും താമസിക്കുന്നതെന്താണെന്നാ എനിയ്ക്കു മനസ്സിലാവാത്തത്.

ഭീമൻ : കർണ്ണൻ അർജ്ജുനന്റെ നേർക്കടുത്തതായിരുന്നത്രേ. അപ്പോൾ കൃഷ്ണനാണ് ഘടോല്ക്കചനെ കർണ്ണനോടു നേരിടാൻ ആവശ്യപ്പെട്ടത്. മടിച്ചു നിന്നപ്പോൾ കൃഷ്ണൻ വീണ്ടും നിർബന്ധിച്ചു.

യുധിഷ്ഠിരൻ : എന്ത്? കർണ്ണനോട് ഏറ്റുമുട്ടാൻ അർജ്ജുനന് ഭയമെന്നോ. കൃഷ്ണൻ അതിന്നു സമ്മതിച്ചില്ലെന്നോ.

ദ്രൗപദി : യുവരാജൻ സംശയിച്ചതായിരിക്കും. അർജ്ജുനന് ആരെയും ഭയമില്ല. സാക്ഷാൽ പരമേശ്വരനെപ്പോലും. കൃഷ്ണൻ ഘടോൽക്കചനെ കർണ്ണന്റെ നേർക്കയച്ചിട്ടുണ്ടെങ്കിൽ എന്തെങ്കിലും മനസ്സിൽ കരുതിക്കൊണ്ടു തന്നെയായിരിക്കും.

ഭീമൻ : കൊല്ലിക്കാൻ.. മറ്റെന്തിന്.. അവന്റെ മരണം അനിവാര്യമാണെന്ന് കൃഷ്ണന് തോന്നിക്കാണും. അവൻ രാക്ഷസൻ.. പണ്ഡവരുടെ മൂത്തപുത്രൻ. രാജ്യാവകാശം പറഞ്ഞുവന്നാലോ.

യുധിഷ്ഠിരൻ : ഭഗവാനെ.. കൃഷ്ണൻ നമ്മുടെ സഹോദരനാണ്.

നമ്മുടെ അഭ്യുദയം മാത്രം ലക്ഷ്യമാക്കുന്നവ നാണ്. വെറുതെ തെറ്റിദ്ധരിക്കരുത്.

ഭീമൻ : നീചജാതിയിൽപ്പെട്ട അവനെ പാണ്ഡവപുത്ര നായി അംഗീകരിക്കാൻ നിങ്ങൾക്കാർക്കും ഒരിയ്ക്കലും ഇഷ്ടമായിരുന്നില്ല. ഹിഡുംബനെ വധിച്ചശേഷം വനം വിട്ടു ഏകചക്രയിലേക്കു പോകാൻ നിശ്ചയിച്ചപ്പോൾ ഗർഭിണിയും അശരണയുമായ ഹിഡുംബിയെ കൂടെ കൂട്ടാൻ അമ്മ സമ്മതിച്ചില്ല. ജ്യേഷ്ഠൻ ഒരക്ഷരം പറയാതെ അമ്മയെ മൗനഭാഷയിൽ അനുകൂലിച്ചു. ഘടോൽക്കചൻ മരിക്കേണ്ടത് നിങ്ങളുടെയെല്ലാം ആഗ്രഹമാണ്. കൃഷ്ണൻ ആ ആഗ്രഹം നിറവേറ്റി. പാണ്ഡവരുടെ അഭ്യുദയം ലക്ഷ്യമാക്കുന്ന ആപത്ബന്ധു!

ദ്രൗപദി : ആര്യപുത്രാ... അങ്ങ് ക്ഷുഭിതനാണ്. അങ്ങയ്ക്കു വിശ്രമം ആവശ്യമാണ്. വരൂ എന്റെ കൂടെ വരൂ. എന്റെ അപേക്ഷ ഒരിയ്ക്കലും അങ്ങ് സ്വീകരിക്കാതിരുന്നിട്ടില്ല. വരൂ, അങ്ങയുടെ ദ്രൗപദിയാണ് വിളിക്കുന്നത്.

രംഗം 2

കൃഷ്ണൻ : കൗരവപ്പട യുദ്ധസജ്ജരായിക്കഴിഞ്ഞു. നമ്മുടെ പടകൂട്ടാൻ സേനാധിപതി ഭീമസേനൻ എവിടെ?

യുധിഷ്ഠിരൻ : മകൻ നഷ്ടപ്പെട്ട ദുഃഖത്തിൽ ഭീമൻ വിവശനാണ്. ദ്രൗപദി കൂട്ടിക്കൊണ്ടുപോയി ആശ്വസിപ്പിക്കാൻ ശ്രമിക്കയാണ്.

കൃഷ്ണൻ : അർജ്ജുനനെന്താ പുത്രൻ നഷ്ടപ്പെട്ടില്ലേ. അതിൽ വിഷാദം പൂണ്ടിരുന്നെങ്കിൽ അജയ്യനായ ജയദ്രഥനെ വധിക്കാൻ കഴിയുമായിരുന്നോ?

യുധിഷ്ഠിരൻ : കൃഷ്ണൻ മനഃപ്പൂർവ്വം ഘടോൽക്കചനെ കൊല്ലിക്കുകയായിരുന്നെന്നു ഭീമൻ വിശ്വസിക്കുന്നു. ഞങ്ങളുടെ രക്ഷകനായ കൃഷ്ണനിൽനിന്ന് അങ്ങനെയൊരു കൃത്യം നടന്നുവെന്ന് എനിക്ക് വിശ്വസിക്കാനാവുന്നില്ല.

അർജ്ജുനൻ : അങ്ങനെയൊരു ധാരണ ആർക്കുമുണ്ടാകുന്ന തരത്തിലായിരുന്നു കൃഷ്ണന്റെ അപ്പോഴത്തെ പെരുമാറ്റം. കർണ്ണന്റെ നേർക്കു ഞാൻ വില്ലുകുലച്ചതായിരുന്നില്ലേ. എന്തിനു ഘടോൽക്കചനോടു കർണ്ണനെ നേരിടാൻ ആവശ്യപ്പെട്ടു.

(കൃഷ്ണന്റെ ചിരി)

ഭീമൻ : (പ്രവേശിച്ചുകൊണ്ട്) അവനെ കൊല്ലിക്കാൻ. കർണ്ണനെക്കൊണ്ട് ഘടോൽക്കചനെ മനഃപ്പൂർവ്വം കൊല്ലിക്കാൻ. (കൃഷ്ണന്റെ ചിരി). പാണ്ഡവരുടെ മൂത്ത പുത്രൻ ഒരു കാട്ടുജാതിക്കാരനായതുകൊണ്ട് അവനെ കൊല്ലിക്കാൻ. ഭാവിയിൽ ഇതുപോലൊരു രാജ്യാവകാശത്തർക്കം ഒഴിവാക്കാൻ. (കൃഷ്ണന്റെ ചിരി)

യുധിഷ്ഠിരൻ : ഭീമാ.. കൃഷ്ണനോടാണ് നീ സംസാരിക്കുന്നത്.

അർജ്ജുനൻ : ക്ഷോഭിക്കാതെ ജ്യേഷ്ഠാ.. ജ്യേഷ്ഠൻ സംശയിച്ചതുപോലുള്ള എന്തെങ്കിലും ഉദ്ദേശം കൃഷ്ണനുള്ളതായി എനിക്ക് തോന്നിയിട്ടില്ല.

ഭീമൻ : പിന്നെ കർണ്ണനൊത്ത വില്ലാളിയായ നിന്നെ യുദ്ധം ചെയ്യാൻ വിടാതെ ഘടോൽക്കചനെ കർണ്ണന്റെ നേർക്കയച്ചതെന്തിന്? (കൃഷ്ണന്റെ ചിരി). ആരെയും കണക്കിൽക്കവിഞ്ഞ വകവയ്ക്കാറില്ലാത്ത ഭീമൻ ഒരാളുടെ മുമ്പിലേ വിനയനായിട്ടുള്ളൂ. അത് എന്റെ അനുജന്റെ പ്രായത്തിലുള്ള ഈ വാസുദേവന്റെ മുമ്പിൽ മാത്രം. മകൻ മരിച്ചതിനേക്കാൾ വലിയ ദുഃഖമാണ് എന്റെ മനസ്സിലെ കൃഷ്ണവിഗ്രഹത്തിന്റെ തകർച്ച എന്നിലുണ്ടാക്കിയത്.

യുധിഷ്ഠിരൻ : ഭീമാ.. നീ കരയുകയാണോ. ആകാശം ഇടിഞ്ഞു വീണാൽ ഞാനതു വിശ്വസിക്കും. ഈ കാഴ്ച എനിയ്ക്കു വിശ്വസിക്കാൻ കഴിയുന്നില്ല. സത്യമെന്താണെന്നു വെച്ചാൽ തുറന്നു പറയൂ കൃഷ്ണാ.

കൃഷ്ണൻ : എന്റെ പ്രവൃത്തിയിൽ മനസ്സിലാവാത്തത് ഒന്നുമില്ല മഹാരാജൻ. ആ സമയം അർജ്ജുനൻ

കർണ്ണനോട് എതിരിടുന്നത് നല്ലതല്ലെന്നു തോന്നി. ആ കൃത്യം ഘടോൽക്കചനെ ഏല്പിച്ചുവെന്നു മാത്രം.

അർജ്ജുനൻ : കൃഷ്ണൻ കൂടെ ഉണ്ടായിട്ടും കർണ്ണനോടേറ്റാൽ അർജ്ജുനൻ തോല്ക്കുമെന്ന് കരുതിയോ വാസുദേവാ.

കൃഷ്ണൻ : തെറ്റിദ്ധരിക്കാതെ അർജ്ജുനാ. കവചകുണ്ഡലങ്ങളുമായി ജനിച്ച അപൂർവസിദ്ധിയുള്ളവനാണ് കർണ്ണൻ. അതുള്ള കാലത്തോളം ആർക്കും അവനെ ജയിക്കാൻ കഴിയില്ല. അർജ്ജുനപിതാവായ ഇന്ദ്രൻ നമുക്കുവേണ്ടി അതു ബ്രാഹ്മണവേഷത്തിൽ ചെന്ന് ഇരന്നുവാങ്ങി. ഇരുപക്ഷവും യുദ്ധത്തിന് ഒരുങ്ങിനിൽക്കെ സ്വന്തം മരണത്തിലേക്ക് നയിക്കാവുന്ന അങ്ങനെയൊരു ദാനത്തിന്ന് കർണ്ണൻ ഒരുങ്ങിയതുകണ്ടു ഇന്ദ്രൻ തന്നെ അത്ഭുതപ്പെട്ടു. അപൂർവ്വമായ ഈ ത്യാഗത്തിന്നു പ്രത്യുപകാരമായി ഇന്ദ്രൻ ഒരു വേൽ കർണ്ണനു സമ്മാനിച്ചു. ഒരിയ്ക്കൽ മാത്രം പ്രയോഗിക്കാവുന്ന ഒരായുധം. പ്രയോഗിച്ചാൽ പ്രതിയോഗി തൽക്ഷണം മരിച്ചുവീഴുന്ന ദിവ്യശക്തിയുള്ള ഒരുശൂലം. അർജ്ജുനന്നായി അവൻ കരുതിവെച്ച ആ ആയുധം കളയാൻ കരുത്തുള്ള ഒരു മഹാബലവാനായി ഞാൻ ഘടോൽക്കചനെ മാത്രമേ കണ്ടുള്ളൂ. തന്നെ ഇപ്പോൾ കൊല്ലുമെന്ന തോന്നലിലേക്ക് കർണ്ണനെ എത്തിക്കാനുള്ള കരുത്തു ഒരുപക്ഷേ വായുപുത്രനിൽ പോലുമില്ലാത്ത കരുത്ത്, ഞാൻ ഘടോൽക്കചനിലേ കണ്ടുള്ളൂ.

അർജ്ജുനൻ : എന്റെ രക്ഷക്കായി ഘടോൽക്കചനെ ബലികൊടുക്കണമായിരുന്നോ കൃഷ്ണാ.

കൃഷ്ണൻ : അതിന്നുള്ള മറുപടി ഘടോൽക്കചന്റെ അച്ഛൻ പറയും.

ഭീമൻ : കൃഷ്ണാ.. കൃഷ്ണാ.. എന്നോടു പൊറുക്കൂ. ഞാനായാലും അതുതന്നെ ചെയ്യും. കാര്യമറി

യാതെ പറഞ്ഞ എന്റെ ആക്ഷേപവാക്കുകൾ പൊറുക്കൂ വാസുദേവാ..

അർജ്ജുനൻ : ഞാനും എന്റെ ആത്മബന്ധുവെ തെറ്റിദ്ധരിച്ചു.

യുധിഷ്ഠിരൻ : ഈശ്വരാ ഇപ്പോഴാണ് എനിക്കു സമാധാനമായത്. എന്നും ഞങ്ങളുടെ ആശ്രയമായിരുന്ന ബന്ധു ഞങ്ങളെ കൈവിട്ടുവോ എന്നു ഒരു നിമിഷം തോന്നിപ്പോയതിന്നു മാപ്പു നൽകണേ ഗോവിന്ദാ...

അർജ്ജുനൻ : കൃഷ്ണന്റെ സഹായം ഒന്നു കൊണ്ടുമാത്രമാണ് ഇന്നലെ എനിക്ക് ജയദ്രഥനെ കൊല്ലാൻ കഴിഞ്ഞത്. അതുകൊണ്ടു മാത്രമാണ് ഞാൻ തീയിൽചാടി മരിക്കാതെ ഇന്നും നിങ്ങളുടെ മുമ്പിൽ നിൽക്കുന്നത്.

കൃഷ്ണൻ : കഴിഞ്ഞ കാര്യങ്ങലെക്കുറിച്ച ദുഃഖിച്ചും പരിഭവിച്ചും പ്രശംസിച്ചും കളയാൻ നമുക്ക് സമയമില്ല. ഇന്നലെ അർദ്ധരാത്രി കഴിയുംവരെ യുദ്ധം ചെയ്തുകൊണ്ടിരുന്ന കൗരവപ്പട പുലരുംമുമ്പേ വീണ്ടും യുദ്ധസന്നദ്ധരായി വന്നിരിക്കയാണ്. ഇന്നെങ്കിലും യുധിഷ്ഠിരനെ പിടിച്ചുകെട്ടി ദുര്യോധനന്റെ കാൽക്കൽ കൊണ്ടുവന്നു വെയ്ക്കാമെന്ന പ്രതിജ്ഞയുമായാണ് ദ്രോണർ പുലരുംമുമ്പെത്തന്നെ പടക്കളത്തിലെത്തിയിട്ടുള്ളത്.

യുധിഷ്ഠിരൻ : ആചാര്യരെ കൊല്ലാൻ യാഗാഗ്നിയിൽനിന്നും ഉടലെടുത്ത ധൃഷ്ടദ്യുമ്നൻ പലവട്ടം ശ്രമിച്ചിട്ടുപോലും അദ്ദേഹത്തെ പരാജയപ്പെടുത്താൻ കഴിഞ്ഞിട്ടില്ല. പലതവണ ധൃഷ്ടദ്യുമ്നൻ തോറ്റു പിന്മാറുകയും ചെയ്തു. അർജ്ജുനന് മാത്രമേ അദ്ദേഹത്തെ നേരിടാനുള്ള കഴിവുള്ളൂ. പുത്രനേക്കാൾ തന്നെ സ്നേഹിച്ച ഗുരുവിനോടു പൊരുതി അദ്ദേഹത്തെ വധിക്കാൻ അർജ്ജുനനെ നിർബന്ധിക്കുന്നതും ശരിയാവില്ല.

കൃഷ്ണൻ : അർജ്ജുനനും ദ്രോണവധം അസാധ്യമായ കാര്യമാണ്.

ഭീമൻ : പിതാമഹന്റെ കാര്യത്തിലെന്നപോലെ ആചാര്യന്റെ കാര്യത്തിലും എന്തെങ്കിലും പോംവഴി നിർദ്ദേശിക്കണം.

കൃഷ്ണൻ : ദ്രോണരെക്കൊണ്ട് ആയുധം താഴെവെപ്പിക്കാതെ അദ്ദേഹത്തെ കൊല്ലാൻ ആർക്കും സാധ്യമല്ല.

യുധിഷ്ഠിരൻ : പിതാമഹനെപ്പോലെ വില്ലു താഴെവെച്ചു കൊല്ലാനായി നിന്നു തരാൻ ആ ദുര്യോധനസേവകൻ തയ്യാറാകുമെന്നു ഒരിയ്ക്കലും പ്രതീക്ഷിക്കേണ്ടതില്ല.

കൃഷ്ണൻ : അതിന്നുതക്ക സാഹചര്യം നമുക്കുണ്ടാകണം.

ഭീമൻ : കൃഷ്ണന്ന് എന്തെങ്കിലും ഉപായം തോന്നുന്നുണ്ടോ?

കൃഷ്ണൻ : ദ്രോണരുടെ ഏക ദൗർബല്യം അശ്വത്ഥാമാവാണ്. അവന്നുവേണ്ടിയാണ് ദ്രോണർ ഹസ്തിനപുരത്തെത്തിയതും ഇവിടെ ആശ്രിതനായി കഴിയുന്നതും. അവൻ മരിച്ചാൽപിന്നെ ദ്രോണർ ജീവിച്ചിരിക്കില്ല. അത്രയ്ക്കു പ്രിയമാണ് അദ്ദേഹത്തിന്ന് മകനെ.

ഭീമൻ : അശ്വത്ഥാമാവിനെ കൊല്ലുന്നതും അത്ര എളുപ്പമല്ല. അവനോട് എതിർത്തപ്പോഴെല്ലാം എനിയ്ക്കു ബോധ്യമായതാ.

കൃഷ്ണൻ : ഭീമന്നു മാത്രമല്ല ആർക്കും അവനെ കൊല്ലാൻ കഴിയില്ല. ചിരഞ്ജീവിയാണ് അവനെന്ന് മുനിമാർ പറഞ്ഞുകേട്ടിട്ടുണ്ട്. ബ്രഹ്മാസ്ത്രമടക്കം ദിവ്യാസ്ത്രങ്ങളും അവന്റെ കൈയിൽ ഉണ്ട്. എന്നാൽ ചിരഞ്ജീവിയാണ് അവനെന്ന കാര്യം ആചാര്യൻ വിശ്വസിക്കുന്നില്ല. അശ്വത്ഥാമാവ് മരിക്കുകയോ മരിച്ചുവെന്ന് വിശ്വസനീയരായ വല്ലവരും കള്ളം പറയുകയോ ചെയ്താൽ ആ നടുക്കത്തിൽ വില്ലും അമ്പും താഴെവെച്ചു ആ മാമുനിപുത്രൻ ധ്യാനത്തിൽ മുഴുകും. അപ്പോൾ കൊല്ലാൻ നിയുക്തനായ ധൃഷ്ടദ്യുമ്നൻ അദ്ദേഹത്തെ കൊല്ലാം. മറ്റൊരു ഉപായവും ഞാനാ

ലോചിച്ചിട്ടു കാണുന്നില്ല.

യുധിഷ്ഠിരൻ : ആ മഹാപുരുഷനോടു കള്ളം പറയാൻ ആരു തയ്യാറാകും.

ഭീമൻ : ഞാൻ പറയാം. അഭിമന്യുവോടു കാട്ടിയ ചതി യോർക്കുമ്പോൾ ഗുരുവെന്ന കാര്യം ഞാൻ മറക്കും.

കൃഷ്ണൻ : ഭീമൻ പറഞ്ഞാൽ അദ്ദേഹം വിശ്വസിക്കില്ല.

ഭീമൻ : എങ്കിൽ അർജ്ജുനൻ പറയട്ടെ. പുത്രതുല്യനായ അവനോളം വിശ്വസ്തൻ ആചാര്യന് ആരുണ്ട്.

കൃഷ്ണൻ : അർജ്ജുനൻ പറഞ്ഞാലും വിശ്വസിക്കില്ല.

അർജ്ജുനൻ : ഇത്തരം ധർമ്മവിരുദ്ധങ്ങളായ ഉപായങ്ങളല്ലാതെ മറ്റൊന്നും ഇല്ലേ കൃഷ്ണാ.

കൃഷ്ണൻ : ഇല്ല. ദ്രോണർ ആയുധം താഴെവയ്ക്കണമെങ്കിൽ അശ്വത്ഥാമാവ് മരിച്ചുവെന്ന കള്ളം അദ്ദേഹം കേൾക്കെ പറയണം. ആ കള്ളം ധർമ്മജനായ രാജാവ് തന്നെ പറയുകയും വേണം.

യുധിഷ്ഠിരൻ : ദൈവമേ.. കൃഷ്ണാ.. ഞാനെന്താണ് കേൾക്കുന്നത്. ഞാൻ കള്ളം പറയണമെന്നോ. സ്വന്തം ഗുരുഭൂതരെ കൊല്ലാൻ കള്ളം പറയണമെന്നോ. ഇത്ര ക്രൂരമായി എന്നോടു ഇങ്ങനെ നിർദ്ദേശിക്കാൻ ഈശ്വരാ, ഞാനെന്തു മഹാപാപമാണ് ചെയ്തത്.

കൃഷ്ണൻ : ദ്രോണാചാര്യരെന്ന തടസ്സം നീക്കിയ യുദ്ധം നമുക്കനുകൂലമായി മുമ്പോട്ടു നീക്കാൻ മറ്റൊരു ഉപായം ഞാൻ കാണുന്നില്ല. പ്രത്യക്ഷത്തിലുള്ള പാപബോധം ഒഴിവാക്കാൻ ഞാൻ മറ്റൊരു നിർദ്ദേശം കൂടി വയ്ക്കാം. കളിമണ്ണും കൊണ്ടു ഒരു ആനയെ ഉണ്ടാക്കണം. അശ്വത്ഥാമാവെന്ന് നാമകരണം ചെയ്ത് ആ ഗജരൂപത്തെ ഭീമൻ തച്ചുടക്കണം. അപ്പോൾ അശ്വത്ഥാമാവിനെ ഭീമൻ കൊന്നുവെന്നു രാജാവ് ദ്രോണരെ നോക്കി വിളിച്ചുപറഞ്ഞാൽ ധർമ്മപുത്രർ കളവു പറയുകില്ലെന്ന വിശ്വാസംകൊണ്ടു അദ്ദേഹം യുദ്ധം നിർത്തുമെന്നാണ് എന്റെ നിഗമനം. ഇനി

എല്ലാം മഹാരാജാവിന്റെ ഇഷ്ടം. വരൂ നമുക്കു പടകൂട്ടാം. അർജ്ജുനാ രഥം ഒരുക്കിയിട്ടുണ്ട്. ഗാണ്ഡീവം കുലയ്ക്കും. ഞാൻ പാഞ്ചജന്യം മുഴക്കാം.

(ശംഖധ്വനി.. രണ്ടുപേരും പോകുന്നു)

ഭീമൻ : ആചാര്യൻ ഇന്നു വധിക്കപ്പെടണം. ഇല്ലെങ്കിൽ ജ്യേഷ്ഠനെ ഞങ്ങൾക്കു നഷ്ടപ്പെടും. ജ്യേഷ്ഠന്റെ ധർമ്മം രക്ഷിക്കാൻ ഏറെ ആക്രമങ്ങൾ സഹിച്ചവരാണ് ദ്രൗപദിയും ഞങ്ങളും. ഇത്തവണയെങ്കിലും ഞങ്ങൾക്കുവേണ്ടി കൃഷ്ണൻ പറഞ്ഞതുപോലെ അനുഷ്ഠിക്കും. ഞാൻ യുദ്ധഭൂമിയിലേക്ക് പോകുകയാണ്.

ദ്രൗപദി : ആര്യപുത്രൻ പൂർവ്വാധികം വീര്യവാനായി കാണുന്നല്ലോ.

ഭീമൻ : അർജ്ജുനനെ കർണ്ണനിൽനിന്ന് രക്ഷിക്കാനാണ് എന്റെ മകനെ ബലികൊടുത്തതെന്നറിഞ്ഞപ്പോൾ പ്രായത്തിൽ കുറവുള്ളവനെങ്കിലും എനിക്ക് കൃഷ്ണന്റെ കാല്ക്കൽ വീണ് മാപ്പു ചോദിക്കാനാണ് തോന്നിയത്.

ദ്രൗപദി : ആത്മബന്ധുവായ ആ മഹാപുരുഷൻ നമുക്കു ദോഷകരമായി ഒന്നും ചെയ്യില്ലെന്നു എനിക്ക് ഉറപ്പുണ്ടായിരുന്നു.

ഭീമൻ : ഇപ്പോൾ കന്മഷം നീങ്ങി ശരീരവും മനസ്സും കൂടുതൽ ശക്തിയാർജ്ജിച്ചതുപോലെ തോന്നുന്നു. ഞാൻ വരട്ടെ ദ്രൗപദീ..

(പോകുന്നു)

യുധിഷ്ഠിരൻ : കൃഷ്ണൻ പറഞ്ഞത് കേട്ടില്ലേ ദ്രൗപദീ.. ഞാൻ കള്ളം പറയണമെന്ന്. അതും ആചാര്യനെ കൊല്ലാൻ..

ദ്രൗപദി : ധർമ്മരക്ഷകനായ കൃഷ്ണൻ അങ്ങനെ പറഞ്ഞിട്ടുണ്ടെങ്കിൽ അതായിരിക്കാം ധർമ്മം. ആചാര്യൻ പോലും! കുട്ടിക്കാലത്ത് സതീർത്ഥ്യൻ പറഞ്ഞ കളിവാക്കുകേട്ടു പകുതിരാജ്യം അവകാശപ്പെട്ടു എന്റെ പിതാവിന്റെ അടുക്കൽ വന്ന

ദുർമ്മോഹി. ശിഷ്യന്റെ രണസാമർത്ഥ്യം ഉപയോഗിച്ചു സർവ്വജനസമാരാധ്യനായ പാഞ്ചാല രാജാവിനെ പിടിച്ചുകെട്ടിച്ചു പകപോക്കിയ ദുരാത്മാവ്. ദുർവൃത്തനായ മറ്റൊരു ശിഷ്യൻ പരഭാര്യയുടെ ഉടുവസ്ത്രം പിടിച്ചഴിക്കുന്നതു കണ്ടു മിണ്ടാതിരുന്ന രാജഭൃത്യൻ. ഉം... ആചാര്യൻപോലും. മടിക്കേണ്ട മഹാരാജൻ യുദ്ധത്തിൽ ധർമ്മമല്ല. ജയമാണ് പ്രധാനം.

രംഗം 3

കുന്തി : ഇതെന്തു രൂപമാ മോളേ. കാണുമ്പോൾ പേടിയാകുന്നല്ലോ.

ദ്രൗപദി : ഞാനെന്റെ ശപഥം നിറവേറ്റി അമ്മേ. ആ ദുഷ്ടനെ കൊന്നു. എന്റെ മോഹങ്ങൾ സാധിപ്പിക്കാൻ ഒരിക്കലും മടികാണിച്ചിട്ടില്ലാത്ത പ്രിയതമൻ ഭീമൻ എന്റെ ഈ മോഹവും നിറവേറ്റിത്തന്നു. തലമുടി കുത്തിപ്പിടിച്ചു. മഹാരാജാക്കന്മാരും മഹാവീരന്മാരും മഹാപണ്ഡിതന്മാരും നിറഞ്ഞ സദസ്സിൽ കൊണ്ടുവന്നു. വലിച്ചിഴച്ച ആ നരാധമന്റെ നെഞ്ചുകീറി, രക്തം കോരിക്കൊണ്ടുവന്നു ആ ദുഷ്ടൻ അഴിച്ചിട്ട മുടിയിൽ കുളുർക്കെ ഒഴിച്ചു എന്റെ ഭീമൻ.

കുന്തി : എന്ത്! സഹോദരന്റെ രക്തം കോരിക്കൊണ്ടുവന്നു ഭാര്യയുടെ മുടിയിൽ ഒഴിക്കുകയോ. ഈശ്വരാ എന്റെ ഭീമൻ ഇത്ര കഠോരഹൃദയനോ.

(ദ്രൗപദി അട്ടഹസിച്ചു ചിരിക്കുന്നു)

ദ്രൗപദീ.. നിനക്കു ഭ്രാന്തു പിടിച്ചോ? എത്ര രാക്ഷസീയമായ ചിരിയാണിത്.

ദ്രൗപദി : രാക്ഷസീയമായ ചിരി അല്ലേ. അന്ന് ദുശ്ശാസനൻ സഭാമധ്യത്തിൽ നിന്ന് ചിരിച്ച ചിരി അമ്മ കണ്ടിരുന്നില്ലല്ലോ. കർണ്ണന്റെ നിയോഗപ്രകാരം അവൻ രജസ്വലയായ എന്റെ ഉടുപുടവ അഴിക്കാൻ തുനിഞ്ഞപ്പോൾ, 'അരുതേ, അരുതേ' എന്നു ഞാൻ തൊഴുതപേക്ഷിച്ചപ്പോൾ ആ രാക്ഷസന്മാർ

ചിരിച്ച ചിരി അമ്മ കാണേണ്ടിയിരുന്നു. എന്റെ ഭീമൻ അന്നുതന്നെ അവന്റെ നെഞ്ച് അടിച്ചുതകർക്കുമായിരുന്നു. അപ്പോഴേക്കും യുധിഷ്ഠിര രാജാവിന്റെ ഒരു ധർമ്മബോധം.

കുന്തി : പ്രതികാരാഗ്നിയിൽ നീ നിന്നെ മറന്നു സംസാരിക്കുന്നു. ഭർത്താവിനെ നിന്ദിക്കുന്നു. പോയി ഗംഗയിൽ കുളിച്ചു മനസ്സും ശരീരവും ശുദ്ധമാക്കൂ.

ദ്രൗപദി : ഇന്നുവരെ ഞാൻ ആരെയും നിന്ദിച്ചിട്ടില്ല അമ്മേ. എന്നെ വീരന്മാർക്കു ചേർന്നവിധം വേട്ടുകൊണ്ടുവന്ന അർജ്ജുനനോടൊപ്പം മറ്റു സഹോദരന്മാരെയും വേൾക്കണമെന്നു പറഞ്ഞപ്പോൾ എനിക്ക് അമ്മയെ നിന്ദിക്കാമായിരുന്നു. എന്നിട്ടും വിധിയെന്നു കരുതി അമ്മയെ അനുസരിച്ചില്ലേ. അതിന്നുശേഷം യുധിഷ്ഠിരരാജാവിന്റെ ധർമ്മപത്നിയായി ഇരുന്നു. കുലവധുവായി ജീവിച്ചില്ലേ. അദ്ദേഹത്തിന്റെയും സഹോദരന്മാരുടെയും ഇംഗിതങ്ങൾക്കു വിപരീതമായി ഞാൻ വല്ലതും പ്രവർത്തിച്ചിട്ടുണ്ടോ. ഇന്നു ഞാൻ ഉന്മാദിനിയാണ്. പ്രതികാരദാഹത്തിൽ തിളച്ചുമറിയുന്ന എന്നിലെ ക്ഷാത്രരക്തം എന്നെ ഉന്മാദിനിയാക്കുകയാണ്. നാളെ മറ്റൊരു ശുഭവാർത്ത കേൾക്കാം അമ്മയ്ക്കു, കർണ്ണനെ അർജ്ജുനൻ കൊന്നുവെന്ന്. അടുത്ത ദിവസം ഭീമൻ ദുര്യോധനനെ കൊന്നുവെന്ന വാർത്തയും കേൾക്കാം. അങ്ങനെ ശത്രുബാധയൊഴിഞ്ഞു അമ്മ ഹസ്തിനപുരിയിലെ രാജമാതാവ്. ഞാൻ രാജപത്നി. ഹ്ഹ്ഹ്.

കുന്തി : അഹങ്കരിക്കാതെ മോളേ.. നാളെ കർണ്ണാർജ്ജുനന്മാർ തമ്മിലുള്ള യുദ്ധത്തിൽ കർണ്ണൻ തന്നെ കൊല്ലപ്പെടുമെന്നതിൽ എന്താണുറപ്പ്. പരശുരാമശിഷ്യനാണവൻ. അവന്റെ കൈയ്യിൽ ഇല്ലാത്ത ദിവ്യാസ്ത്രങ്ങളില്ല. ആയുധപരീക്ഷയിൽ അവൻ തന്റെ പരാക്രമം തെളിയിച്ചതാണ്. നിന്റെ സ്വയംവരവേളയിൽ നീ തടഞ്ഞില്ലായിരുന്നെ

ങ്കിൽ ഒരുപക്ഷേ യന്ത്രക്കിളിയെ ഭേദിച്ചു അവൻ നിന്നെ വേൾക്കുമായിരുന്നു.

ദ്രൗപദി : അവന്റെ തേജസ്സും സൗന്ദര്യവും പരാക്രമവും കണ്ടു ഞാൻ അവന്റെകൂടെ പോകുമെന്നു കരുതിയോ. ഉന്നതക്ഷത്രിയകുലത്തിൽ ജനിച്ച എന്നെ വേൾക്കാൻ ആ സൂതപുത്രൻ ആയിട്ടില്ല.

കുന്തി : സൂതപുത്രൻ... സൂതപുത്രൻ... സൂര്യദേവാ.. മാപ്പ്...മാപ്പ്..

ദ്രൗപദി : കർണ്ണനെക്കുറിച്ച് പറയുമ്പോൾ അമ്മയെന്താ വികാരാധീനയാകുന്നത്. കർണ്ണൻ അർജ്ജുനനെ കൊല്ലുമെന്നു ഭയന്നാണോ. നമ്മുടെ ചിരന്തന ബന്ധുവായ കൃഷ്ണൻ കൂടെയുള്ളപ്പോൾ അർജ്ജുനനെക്കുറിച്ച് അമ്മ എന്തിന്നു കുണ്ഠിതപ്പെടുന്നു.

കുന്തി : എന്റെ കുണ്ഠിതങ്ങൾക്ക് പരിഹാരവും കൃഷ്ണൻതന്നെ. ഞാൻ വന്നതും കൃഷ്ണനെ കാണാൻ തന്നെ. നീ ഗംഗയിൽ സ്നാനം ചെയ്തുവരൂ. എനിയ്ക്കല്പം തനിച്ചിരിക്കണം. (ആത്മഗതം) അതെ. അതു നാളെ സംഭവിക്കും. ഒന്നുകിൽ അർജ്ജുനൻ അല്ലെങ്കിൽ കർണ്ണൻ. കുന്തിക്ക് എപ്പോഴും മൂന്നു പുത്രന്മാർ. ലോകത്തിലെ ഏറ്റവും ഭാഗ്യഹീനനായ പുത്രൻ. എന്റെ കർണ്ണൻ. ഏറ്റവും വലിയ അപമാനങ്ങൾക്ക് വിധേയനായവനും കർണ്ണൻ. എല്ലാം ഞാൻ കാരണം. മഹർഷിയുടെ മന്ത്രശക്തിയെ അവിശ്വസിച്ചതിന്റെ ശിക്ഷ. സവിതാവേ പൊറുക്കണേ.. അതീവതേജസ്വിയും അമിതവീര്യവാനുവായ കർണ്ണൻ ഇന്നു നിസ്തേജനും നിർവ്വീര്യനുമായിക്കഴിഞ്ഞു. നാളെ അവൻ ഒരു ദുഃഖസ്മരണമാത്രമായി കുരുക്ഷേത്രഭൂമിയിൽ ചേതനയറ്റുകിടക്കും. സൂര്യദേവാ മകന്റെ ഈ കിടപ്പു കാണാതിരിക്കാൻ നാളെ അങ്ങയ്ക്കു ഉദിക്കാതിരുന്നുകൂടെ. ആ കിടപ്പു അർജ്ജുനന്റേതാണെങ്കിലോ.. ഈശ്വരാ... ഈശ്വരാ...

കൃഷ്ണൻ : *(പ്രവേശിച്ചുകൊണ്ട്)* കുന്തിമാതാവ് എന്തിനാ ഈശ്വരനെ വിളിച്ചത്.

കുന്തി : വിളികേട്ടു ഈശ്വരൻ വന്നുകഴിഞ്ഞല്ലോ.

കൃഷ്ണൻ : ഞാൻ ഭവതിയുടെ സഹോദരപുത്രനല്ലേ.

കുന്തി : അപ്പോൾ ആ ദിവസം നാളെയാണല്ലേ. എന്താ നോക്കുന്നത്. കുന്തിയുടെ നാലു പുത്രന്മാരിൽ ഒരാൾ നാളെ ഇല്ലാതാകും.

കൃഷ്ണൻ : നാളെ കർണ്ണാർജ്ജുനന്മാർ ഏറ്റുമുട്ടും. ഇന്നു രാജാ യുധിഷ്ഠിരൻ കർണ്ണന്റെ കൈയ്യിൽ നിന്ന് രക്ഷപ്പെട്ടത് ഭാഗ്യം കൊണ്ടാണ്.

കുന്തി : ഭാഗ്യം കൊണ്ടോ.. എല്ലാം അറിയുന്ന നീ തന്നെ ഇങ്ങനെ പറഞ്ഞാൽ..

കൃഷ്ണൻ : അമ്മയ്ക്കു കൊടുത്ത വാഗ്ദാനം കർണ്ണൻ പാലിക്കുകയായിരുന്നു എന്നല്ലേ സൂചിപ്പിക്കുന്നത്.

കുന്തി : എന്താ സംശയം. അർജ്ജുനനെ ഒഴികെ അമ്മയുടെ മറ്റുമക്കളെ കൊല്ലില്ലെന്ന വാഗ്ദാനം അവൻ പാലിച്ചു. യുധിഷ്ഠിരനെയും ഭീമനെയും വധിക്കാനവസരം കിട്ടിയിട്ടും അവൻ വെറുതെ വിടുകയായിരുന്നെന്നറിഞ്ഞു. ഇതിന്റെയെല്ലാം കണക്ക് അവൻ അർജ്ജുനനോട് തീർക്കുമോ കൃഷ്ണാ...

കൃഷ്ണൻ : എല്ലാം വിധിപോലെയേ വരൂ ദേവീ.

കുന്തി : നീ നിന്റെ പ്രാണസഖാവിനെ രക്ഷിച്ചെടുക്കുമല്ലോ. കർണ്ണൻ എന്നും അനാഥൻ.

കൃഷ്ണൻ : ദേവിയുടെ ആഗ്രഹവും അതുതന്നെയല്ലേ.

കുന്തി : ആരു രക്ഷപ്പെട്ടാലും കുന്തിക്കു...

കൃഷ്ണൻ : ദൈവനിശ്ചയും തടുക്കാവതല്ല ദേവീ..

കുന്തി : അവനെ ശത്രുപക്ഷത്തേക്ക് തള്ളിവിട്ടത് ഞാൻ തന്നെയല്ലേ കൃഷ്ണാ. അവന്റെ അഭ്യാസപ്രകടനം കണ്ട് അസൂയ മുഴുത്ത കൃപരും ഭീമനുമെല്ലാം അവനെ സൂതപുത്രനെന്നു വിളിച്ചു അധിക്ഷേപിച്ചപ്പോൾ ഞാൻ അടുത്തുതന്നെ ഉണ്ടായിരുന്നതല്ലേ. സൂര്യദേവൻ പോലും നടുങ്ങിയ

നിമിഷം. സമർത്ഥനായ ദുര്യോധനൻ ആ അവസരം സമർത്ഥമായി ഉപയോഗപ്പെടുത്തി.

കൃഷ്ണൻ : അമ്മക്ക് അപ്പോൾ അതുമാത്രമേ ചെയ്യാൻ കഴിയുമായിരുന്നുള്ളൂ. അതിൽ കുറ്റബോധം തോന്നേണ്ട കാര്യമില്ല. കർണ്ണന്റെ അന്നത്തെ പ്രതാപമെല്ലാം ദുര്യോധനപക്ഷം ചേർന്നു അധർമ്മവൃത്തികൾക്കു കൂട്ടുനിന്നതോടെ കർണ്ണൻ തന്നെ നഷ്ടപ്പെടുത്തി.

കുന്തി : കർണ്ണൻ എല്ലാം നഷ്ടപ്പെടുത്തുകയായിരുന്നു. കവചകുണ്ഡലങ്ങളടക്കം എല്ലാ ജന്മപുണ്യങ്ങളും സ്വയം നഷ്ടപ്പെടുത്തി അവസാനം എന്റെ മകൻ മരണത്തിലേക്ക് നടന്നുനീങ്ങുന്നു.

കൃഷ്ണൻ : കർമ്മഫലം അനുഭവിച്ചുതന്നെ തീർക്കേണ്ടതുണ്ട്. എല്ലാം ഈശ്വരനിൽ സമർപ്പിച്ചുകൊണ്ടു ദേവി അന്തഃപുരത്തിലേക്കു തിരിച്ചുപോകൂ. (കുന്തി പോകുന്നു)

അർജ്ജുനൻ : (പ്രവേശിച്ചുകൊണ്ട്) അമ്മയെന്താ എന്നെ കണ്ടപ്പോൾ എഴുന്നേറ്റു പോയത്.

കൃഷ്ണൻ : അർജ്ജുനനെ കണ്ടിട്ടില്ല. കർണ്ണനിൽനിന്ന് രാജാവിനേറ്റ തോല്വിയിലും അപമാനത്തിലും ഏറെ ദുഃഖിതയാണവർ.

അർജ്ജുനൻ : അതിന്നു ഞാൻ നാളെപകരം വീട്ടും. അർജ്ജുനനോ കർണ്ണനോ കൂടുതൽ മികവുറ്റ വില്ലാളി എന്ന ലോകരുടെ സംശയം ഞാൻ നാളെ തീർക്കും.

(ധർമ്മപുത്രർ വരുന്നു)

യുധിഷ്ഠിരൻ : അതിൽ ആർക്കുണ്ടു സംശയം. കർണ്ണനൊത്ത ഒരു വില്ലാളി ഈ ഭൂമുഖത്തില്ലെന്ന് ആയുധപരീക്ഷ സമയത്ത് അവൻ തെളിയിച്ചുകാണിച്ചതല്ലെ. ഇവിടെ ചിലരുടെയൊക്കെ വീരവാദങ്ങൾകേട്ട് യുദ്ധത്തിന്നിറങ്ങിത്തിരിച്ച എന്നെ വേണം പഴിക്കാൻ.

അർജ്ജുനൻ : ജ്യേഷ്ഠനെന്താ ഇങ്ങനെയൊക്കെ പറയുന്നത്.

യുധിഷ്ഠിരൻ : എങ്ങനെ പറയാതിരിക്കും. കർണ്ണന്റെ ഔദാര്യം

കൊണ്ടാ ഞാനിപ്പോൾ ജീവിക്കുന്നതുതന്നെ. ശരീരത്തിനേറ്റ മുറിവുകളോ യുദ്ധത്തിലേറ്റ പരാജയമോ ഞാൻ സഹിക്കും. എന്നാൽ എന്നെ കൊല്ലാൻ അവസരം കിട്ടിയിട്ടും അതു ചെയ്യാതെ എന്നെ അപമാനിച്ചയച്ചതിന്റെ വേദന ഞാനെങ്ങനെ സഹിക്കും.

അർജ്ജുനൻ : കർണ്ണന്റെ കഴിവുകൾ അറിഞ്ഞിട്ടും അവന്റെ നേർക്ക് എന്തിന്ന് ചെന്നുവെന്നില്ലെ.

യുധിഷ്ഠിരൻ : നീ അതുചെയ്യാത്തതുകൊണ്ടു. നിനക്കു അതിന്നു കഴിയാത്തതെന്തുകൊണ്ട്.

കൃഷ്ണൻ : രാജാവ് അർജ്ജുനനെ തെറ്റിദ്ധരിച്ചിരിക്കുന്നു. അർജ്ജുനൻ കർണ്ണനൊത്ത വില്ലാളിതന്നെയാണ്. കുരുക്ഷേത്രത്തിൽ അതു നാളെ തെളിയിക്കപ്പെടാൻ പോവുകയാണ്.

യുധിഷ്ഠിരൻ : അർജ്ജുനന്റെ ഇല്ലാത്ത കഴിവുകളെ കൃഷ്ണനും പുകഴ്ത്തിപ്പാടുകയാണോ? പലരുടേയും ഈ വാഴ്ത്തലുകൾ കേട്ടാണ് യുദ്ധത്തിന്നെതിരായിരുന്ന ഞാൻ ഈ വിഡ്ഢിവേഷം കെട്ടിയത്.

കൃഷ്ണൻ : അർജ്ജുനനും യുദ്ധത്തിനെതിരായിരുന്നില്ലേ. ജയിക്കില്ല എന്ന ഭീതികൊണ്ടായിരുന്നില്ല അത്. പിതാക്കന്മാരെയും ഗുരുക്കന്മാരെയും ഭ്രാതാക്കളെയും കൊന്നു യുദ്ധത്തിൽ ജയിക്കുന്നതിന്റെ അർത്ഥശൂന്യതയോർത്തിട്ടാണ്. തങ്ങളോടു അധർമ്മം ചെയ്തവരെ നശിപ്പിക്കിണ്ടേത് വീരധർമ്മമാണെന്നും ആ കർമ്മനിർവ്വഹണത്തിൽ ഫലം പ്രതീക്ഷിക്കരുതെന്നുമുള്ള എന്റെ ഉപദേശം കേട്ടാണ് അർജ്ജുനൻ വീണ്ടും യുദ്ധസന്നദ്ധനായത്.

യുധിഷ്ഠിരൻ : വീണ്ടും സന്നദ്ധനായത് കർണ്ണന്റെ കൈകൊണ്ട് മരിക്കാനുള്ള വിധികൊണ്ടായിരിക്കും.

അർജ്ജുനൻ : ജ്യേഷ്ഠനും രാജാവുമെന്നു കരുതി ഈ ഭീരു പറയുന്നതെന്തും ഞാൻ കേട്ടിരിക്കുമെന്നു കരുതേണ്ട. ഖാണ്ഡവം ദഹിപ്പിച്ചു അഗ്നിയിൽ നിന്നു നേടിയെടുത്ത ഗാണ്ഡീവമാണ് എന്റെ

കൈയിൽ. ശിവനെ യുദ്ധത്തിൽ തോല്പിച്ചു നേടിയ പാശുപതാസ്ത്രമാണ് എന്റെ ആവനാഴിയിൽ. ഇന്നോളം നടത്തിയ ഒരു യുദ്ധത്തിലും ഞാൻ ആരോടും തോറ്റിട്ടില്ല. ആ ഞാൻ ഊരും പേരുമറിയാത്ത ഒരു സൂതപുത്രന്റെ കൈകൊണ്ടു കൊല്ലപ്പടുമെന്ന് പ്രവചിക്കുന്ന ഈ ഭീരുവിന്റെ ജല്പനങ്ങൾ മതിയാക്കാൻ പറയൂ കൃഷ്ണാ..

യുധിഷ്ഠിരൻ : ഇത്തരം ഭള്ളു പറച്ചിലുകൾ ഞാൻ കുറേ കേട്ടതാണ്. നിനക്കു കർണ്ണനെ ജയിക്കാൻ കഴിയില്ല. നിന്റെ ഒരു ഗാണ്ഡീവവും പാശുപതാസ്ത്രവും! രണ്ടും കൃഷ്ണനെ ഏല്പിക്കൂ. കൃഷ്ണൻ യുദ്ധം ചെയ്യട്ടെ. നീ തേരു തെളിച്ചാൽ മതി. കർണ്ണനെ കൊല്ലാൻ മറ്റു മാർഗ്ഗങ്ങളൊന്നുമില്ല.

അർജ്ജുനൻ : എന്തുപറഞ്ഞു നരാധമാ നീ. അന്യനെ ഞാൻ ഗാണ്ഡീവമേല്പിക്കണമെന്നോ. നിന്നെ ഞാൻ ഇപ്പോൾ വധിക്കും. എന്റെ പൗരുഷത്തെ വെല്ലുവിളിക്കാൻ ഞാൻ ആരെയും അനുവദിക്കില്ല.

കൃഷ്ണൻ : അർജ്ജുനാ.. നീ വാളുമായി എന്തിനുള്ള പുറപ്പാടാണ്. ജ്യേഷ്ഠനെ വധിക്കാനോ. വാൾ ഉറയിലിടൂ. രോഷമടക്കൂ.

യുധിഷ്ഠിരൻ : അവനെ തടയേണ്ട കൃഷ്ണാ. ഏതായാലും കർണ്ണന്റെ കൈകൊണ്ടു മരിക്കുന്നതിലും ഭേദമാണ്. അവന്റെ കൈകൊണ്ടുള്ള മരണം.

അർജ്ജുനൻ : ചൂതുകളിയിൽ ഭ്രാന്തു മുഴുത്തു രാജ്യവും അതു പോരാതെ സഹോദരന്മാരെയും അതും പോരാഞ്ഞിട്ടു പട്ടമഹിഷിയെയും പണയംവെച്ചു കളിച്ചു തോറ്റ് സർവ്വവിപത്തുകളം വരുത്തിവെച്ചിട്ടു ഇപ്പോൾ യുദ്ധത്തിൽ ജയിക്കാത്തതിന് മറ്റുള്ളവരെ പഴിക്കുന്നോ. അർജ്ജുനനോടു ഗാണ്ഡീവം മറ്റൊരാളെ ഏല്പിക്കാൻ പറയുന്നോ. കർണ്ണനുമായുള്ള യുദ്ധത്തിൽ വീര്യത്തോടെ പോരാടി ഞാനവനെ കൊല്ലും. ഇല്ലെങ്കിൽ അന്തസ്സോടെ മരിക്കും. ഞാൻ വിലപിക്കാൻ നില്ക്കില്ല.

അന്യരെ കുറ്റപ്പെടുത്താനും.

കൃഷ്ണൻ : അടങ്ങൂ അർജ്ജുനാ. നീ ആരോടാണ് സംസാരിക്കുന്നതെന്നറിയുമോ. ആരെയാണ് നീ കൊല്ലാൻ തുനിയുന്നതെന്നറിയാമോ. ധർമ്മരാജന്റെ പുത്രനാണദ്ദേഹം. ധർമ്മനിഷ്ഠയിൽ ലോകത്തിന്റെ എക്കാലത്തേയും മാതൃക. ധർമ്മമില്ലെങ്കിൽ ലോകമില്ല. പരാക്രമം ഒരിയ്ക്കലും ധർമ്മത്തിനു പകരമാവില്ല. അർജ്ജുനനെ മുൻനിർത്തിയാണു പാണ്ഡവർ യുദ്ധത്തിനിറങ്ങിയത്. പ്രതീക്ഷിച്ച വേഗത്തിൽ ജയം നേടാൻ കഴിയാതെ വന്നപ്പോഴുള്ള നിരാശയിൽനിന്ന് ജ്യേഷ്ഠൻ പറഞ്ഞ പരിഭവങ്ങളെ ഇങ്ങനെയാണോ മഹായശസ്വിയായ നീ നേരിടേണ്ടത്. കഷ്ടം!

അർജ്ജുനൻ : കൃഷ്ണാ.. ഞാൻ എന്നെ മറന്നുപോയി. ഞാൻ നിസ്സാരനെന്ന് ഞാൻ ഏറ്റവും ആദരിക്കുന്ന എന്റെ ജ്യേഷ്ഠൻ തന്നെ പറഞ്ഞപ്പോൾ എനിക്കു സഹിക്കാൻ കഴിഞ്ഞില്ല. ഞാൻ എന്റെ ജ്യേഷ്ഠനെ വധിക്കാൻപോലും ശ്രമിച്ചു. ഇല്ല. എനിക്കു മാപ്പില്ല. ഞാൻ ഊരിയ ഈ വാളുകൊണ്ടു സ്വയം കഴുത്തറുത്തു പാപത്തിന്ന് പരിഹാരം തേടുകയാണ്.

യുധിഷ്ഠിരൻ : അർജ്ജുനാ എന്തു സാഹസത്തിനാ നീ മുതിരുന്നത്. കർണ്ണനിൽ നിന്നേറ്റ അപമാനഭാരം താങ്ങാനാവാതെ ഞാൻ എന്തൊക്കെയോ വിളിച്ചുറഞ്ഞതാ സഹോദരാ. എന്നോടു ക്ഷമിക്കൂ.

അർജ്ജുനൻ : ജ്യേഷ്ഠനെ കൊല്ലാൻ ശ്രമിച്ച പാപത്തിന് ആത്മഹത്യയല്ലാതെ മറ്റൊരു പരിഹാരമില്ല.

കൃഷ്ണൻ : ഏത് പാപത്തിന്നും പശ്ചാത്താപം തന്നെ ഏറ്റവും വലിയ പരിഹാരം. ആത്മഹത്യ ഒരു പാപത്തിന്നും പരിഹാരവുമല്ല. നീ എന്നു സംബോധന ചെയ്തു അധിക്ഷേപിച്ചതിലൂടെത്തന്നെ ജ്യേഷ്ഠനെ വധിക്കുമെന്ന നിന്റെ വാക്കു നീ പാലിച്ചു. ക്ഷോഭിച്ചു നീ നടത്തിയ

ആത്മപ്രശംസ ആത്മഹത്യചെയ്യുമെന്ന പ്രതിജ്ഞക്കും പരിഹാരമായി. ആത്മഹത്യയും ആത്മപ്രശംസയും ഒരുപോലെയാണെന്നു സ്മൃതികൾ ഘോഷിക്കുന്നു. അതുപോലെ ഗുരുജനങ്ങളെ നീ എന്നു വിളിച്ചാൽ വധിച്ചതിന്നു തുല്യമായെന്നും സ്മൃതിയിലുണ്ട്.

അർജ്ജുനൻ : കൃഷ്ണാ...

കൃഷ്ണൻ : എന്താ വിശ്വാസം വരുന്നില്ലേ?

അർജ്ജുനൻ : കൃഷ്ണനെ ഞാൻ അവിശ്വസിക്കാനോ. ജ്യേഷ്ഠാ എന്നോടു പൊറുക്കൂ.

യുധിഷ്ഠിരൻ : നിന്നെ ദൈവം അനുഗ്രഹിക്കും.

കൃഷ്ണൻ : കണ്ണീരും പരിഭവവും മാറ്റിവെച്ചു ഒരു മഹായുദ്ധത്തിന്നു തയ്യാറെടുക്കൂ. ഗ്രഹണം കഴിഞ്ഞ ചന്ദ്രനെപ്പോലെ ആ മുഖം പ്രകാശിക്കട്ടെ. ഭയാശങ്കകൾ ദൂരെക്കളയൂ.

അർജ്ജുനൻ : അങ്ങയുള്ളപ്പോൾ എനിക്കെന്തു ഭയാശങ്കകളാ കൃഷ്ണാ..

യുധിഷ്ഠിരൻ : ഇങ്ങടുത്തുവരൂ അർജ്ജുനാ. എന്റെ വത്സലനെ ഞാനൊന്നും പുണരട്ടെ. വിജയീഭവ!

രംഗം 4

അർജ്ജുനൻ : അമ്മേ... കൊന്നു... ആ ദുഷ്ടനെ ഞാൻ കൊന്നു. കർണ്ണനെ കൊന്നു.

കുന്തി : കൊന്നു.. (വാവിട്ടു നിലവിളിക്കുന്നു)

അർജ്ജുനൻ : ഈശ്വരാ.. എന്റെ അമ്മ ആഹ്ലാദം അടക്കാൻ കഴിയാതെ നിലവിളിക്കുന്നത് കണ്ടില്ലേ. അമ്മേ.. എ! ദ്രൗപദീ.. കർണ്ണന്റെ നിര്യാണവാർത്തയറിഞ്ഞു ആഹ്ലാദമടക്കാൻ കഴിയാതെ അമ്മ ബോധം കെട്ടു. മുഖത്ത് കുറച്ചുവെള്ളം തളിക്കൂ..

ദ്രൗപദി : ബോധംകെട്ടത് നന്നായി. ഇല്ലെങ്കിൽ എന്നെപ്പോലെ ഭ്രാന്തെടുത്ത് ഓടുമായിരുന്നു.

അർജ്ജുനൻ : എല്ലാവർക്കും അവൻ ഇത്ര വലിയ പേടിസ്വപ്നമായിരുന്നുവെന്നു ഞാനറിഞ്ഞില്ല.

കുന്തി : (ബോധം വീണ്ടെടുത്തുകൊണ്ട്) അതെ.

അമ്മയ്ക്ക് അവൻ പേടിസ്വപ്നമായിരുന്നു. ബാലാർക്കനെപ്പോലെ തേജസ്വിയായ അവൻ എങ്ങനെ ഇത്രമാത്രം വെറുക്കപ്പെട്ടവനായി? അവന്റെ അമാനുഷികമായ പരാക്രമത്തോടുള്ള ഈർഷ്യയാണ് കാരണമെങ്കിൽ അർജ്ജുനന് എങ്ങനെ അവനെ ഇത്ര നിഷ്പ്രയാസം വധിക്കാൻ കഴിഞ്ഞു.

അർജ്ജുനൻ : കർണ്ണൻ മഹാപരാക്രമിതന്നെയായിരുന്നമ്മേ. അവസാനനിമിഷവും ദിവ്യാസ്ത്രങ്ങളോരോന്നായി എയ്തുകൊണ്ടിരുന്നു. അവന്റെ നിർഭാഗ്യത്തിന് തേരുരുൾ മണ്ണിൽ താഴ്ന്നതുകൊണ്ടാണ് അവന്റെ വധം എളുപ്പമായത്.

കുന്തി : അപ്പോൾ അവിടെ നടന്നത് ഭാഗ്യവും നിർഭാഗ്യവും തമ്മിലുള്ള യുദ്ധമായിരുന്നോ അർജ്ജുനാ.. എന്റെ അർജ്ജുനൻ ഭാഗ്യം കൊണ്ടാണ് ജയിച്ചതെന്നോ..

ദ്രൗപദി : അമ്മയെന്തിനാ അതൊക്കെ ആലോചിക്കുന്നത്. ദുരാചാരിയായ ആ ദുഷ്ടൻ വല്ലവിധേനയും കൊല്ലപ്പെട്ടതിൽ ആശ്വാസം കൊള്ളുകയല്ലേ വേണ്ടത്.

അർജ്ജുനൻ : ബാക്കിയുള്ള ശത്രുക്കളെയും നിശ്ശേഷം ഒടുക്കി രണ്ടുനാൾക്കകം ഹസ്തിനപുരി അമ്മയുടെ കാല്ക്കീഴിലാവാൻ പോകുന്നു. അമ്മ സമാധാനമായി അന്തഃപ്പുരത്തിലേക്ക് പോകൂ..

(ദ്രൗപദി കൂട്ടിക്കൊണ്ടു പോകുന്നു)

യുധിഷ്ഠിരൻ : (പ്രവേശിച്ചുകൊണ്ട്) നീ വന്നോ സോദരാ.. ഇങ്ങടുത്തുവരൂ. നിന്നെ ഞാനൊന്നു പുണരട്ടെ. ഈ ജ്യേഷ്ഠന് സന്തോഷമായി. ജീവിതം മുഴുവൻ എന്നെ വേട്ടയാടിയ ആ ഭീകരനെ വാഗ്ദാനം ചെയ്ത പ്രകാരം തന്നെ നീ ഇല്ലാതാക്കി. ഇനി എല്ലാം എളുപ്പമായിത്തോന്നുന്നു. കൗരവപക്ഷത്തെ നയിച്ചു നാളെ ശല്യരെത്തുമ്പോൾ പാണ്ഡവപക്ഷത്തിന്റെ മുമ്പിൽത്തന്നെ യുധിഷ്ഠിരനുണ്ടാവും. ശല്യരെ ഞാൻ വധിക്കും.

പിന്നെ ശകുനിയും ദുര്യോധനനും. അവരെയും ഞാൻതന്നെ നേരിടും.

ഭീമൻ : ജ്യേഷ്ഠൻ എന്തൊക്കെയാണ് പറയുന്നത്. ഭീമൻ ജീവിച്ചിരിക്കെ ദുര്യോധനനെ മറ്റൊരാൾ കൊല്ലുകയോ. ശകുനിയെ കൊല്ലുമെന്നു സഹദേവനും പ്രതിജ്ഞയെടുത്തിട്ടുള്ളതാണ്.

യുധിഷ്ഠിരൻ : അവരൊന്നും കർണ്ണനെപ്പോലെ ഒരു ഭീഷണിയായിത്തോന്നിയിട്ടില്ലെന്നു പറയുകയായിരുന്നു. വർഷങ്ങൾക്കുമുമ്പ് നടന്ന ആയുധപരീക്ഷയ്ക്കു ശേഷം കർണ്ണന്റെ സ്മരണ പോലും എന്നെ നടുക്കുമായിരുന്നു.

ഭീമൻ : തേരുരുൾ വലിച്ചുപൊന്തിക്കാൻ കഴിയാതെ വിഷണ്ണനായി നില്ക്കുമ്പോൾ അവനെ കൊന്നത് ശരിയായില്ലെന്നു കാണികളിൽ പലരും വിശ്വസിക്കുന്നു.

അർജ്ജുനൻ : അധർമ്മിയായ ഒരുവന്റെ കാര്യത്തിൽ അങ്ങനെയൊരവസരം ഉപയോഗപ്പെടുത്തുന്നതിൽ ഒരു തെറ്റുമില്ലെന്നു കൃഷ്ണൻ പറഞ്ഞപ്പോൾ ഞാൻ കൊന്നു. കൃഷ്ണനിതാ വരുന്നു. സംഭവിച്ചതെല്ലാം അദ്ദേഹം പറയും. തേരിന്നു പുറത്തുനിന്നും കർണ്ണൻ അമ്പെയ്യാതിരുന്നതെന്തുകൊണ്ടാണെന്ന സംശയം ഇപ്പോഴും തീരുന്നില്ല.

കൃഷ്ണൻ : ആയുധപ്രയോഗവിധികളെല്ലാം മറന്നുപോയതുകൊണ്ട്. ഗുരുശ്ശാപം കൊണ്ടാണ് അങ്ങനെ സംഭവിച്ചത്.

അർജ്ജുനൻ : ഗുരുശ്ശാപമോ!

കൃഷ്ണൻ : പരശുരാമന്റെ ശിഷ്യനായിരുന്നല്ലോ കർണ്ണൻ. ബ്രാഹ്മണർക്കല്ലാതെ പരശുരാമൻ ദിവ്യാസ്ത്രമന്ത്രം ഉപദേശിക്കില്ലെന്നു അറിഞ്ഞ് ബ്രാഹ്മണനെന്ന കളവുപറഞ്ഞാണ് അദ്ദേഹത്തിൽനിന്ന് വിദ്യകളഭ്യസിച്ചത്. കളവു കണ്ടുപിടിക്കപ്പെട്ടപ്പോൾ രോഷാകുലനായ പരശുരാമൻ കട്ടെടുത്ത വിദ്യ ആവശ്യം വരുമ്പോൾ കിട്ടാതെ പോകട്ടെ എന്നു ശപിച്ചു. എല്ലാം

അവന്റെ കർമ്മഫലം. അതൊന്നും ആലോചിക്കേണ്ട സമയമല്ല ഇപ്പോൾ. അന്തിമവിജയത്തിന്ന് ഇനിയും കടമ്പകളുണ്ടല്ലോ പിന്നിടാൻ.

ഭീമൻ : ഇനിയുള്ള കടമ്പകൾ പിന്നിടാൻ ഉത്ക്കണ്ഠപ്പെടേണ്ട കാര്യമില്ല. ശല്യരും ശകുനിയും ദുര്യോധനനും മറ്റും പാണ്ഡവപക്ഷത്തിന്ന് നിസ്സാര പ്രതിയോഗികളാണ്.

കൃഷ്ണൻ : ദുര്യോധനനും?

ഭീമൻ : എന്താ സംശയം? അവനെ ഞാൻ വധിക്കുമെന്നു കൗരവസഭയിൽവെച്ചു പ്രതിജ്ഞയെടുത്തതല്ലേ.

കൃഷ്ണൻ : കൈക്കരുത്തു ഭീമന്ന് കൂടുതലുണ്ടെന്നു സമ്മതിക്കാം. എന്നാൽ ആയുധപ്രയോഗസാമർത്ഥ്യത്തിൽ ദുര്യോധനനാണ് മുമ്പിൽ. ജ്യേഷ്ഠൻ ബലരാമന്റെ കീഴിൽനിന്ന് നേടിയെടുത്ത അഭ്യാസബലവുമുണ്ട്.

ഭീമൻ : ജരാസന്ധനോടു ഏഴുദിവസം തളരാതെ പിടിച്ചുനിന്ന് അവസാനം ആ ലോകപ്രതാപിയെ വധിച്ച എന്റെ കഴിവ് കൃഷ്ണൻ കുറച്ചു കാണുന്നു.

കൃഷ്ണൻ : മഹാബലവാനായ വായുപുത്രന്റെ കഴിവ് ഞാൻ കുറച്ചുകാണുകയോ. എതിരാളിയുടെ കഴിവും കുറച്ചുകാണരുതെന്നു പറയുകയായിരുന്നു. മാത്രമല്ല അന്ധനായ ഭർത്താവിന്റെ പത്നിയായി അന്ധത സ്വയം വരിച്ച ഗാന്ധാരി മാതാവിന്റെ പുത്രനാണല്ലോ ദുര്യോധനൻ യുദ്ധം തുടങ്ങുന്നതിന്നുമുമ്പ് അമ്മ കണ്ണുകൾ തുറന്നു. അവയുടെ ദിവ്യശക്തി മുഴുവൻ മകനിൽ നിക്ഷേപിച്ചതായും കേൾക്കുന്നു. കണ്ണുകൊണ്ടുഴിഞ്ഞത് അരയ്ക്കു മേൽപ്പോട്ടാവാനാണ് സാധ്യത. ഗദായുദ്ധത്തിൽ അരയ്ക്കുതാഴെ അടിക്കാനും പാടില്ല.

അർജ്ജുനൻ : വേണ്ടിവന്നാൽ ദുര്യോധനന്റെ കാര്യത്തിലും നിയമത്തിന്നു വിരുദ്ധമായി പ്രവർത്തിക്കേണ്ടിവരുമെന്നല്ലേ കൃഷ്ണൻ സൂചിപ്പിക്കുന്നത്.

കൃഷ്ണൻ : വേണ്ടിവന്നാൽമാത്രം. ബലദേവരടക്കം നാനാ

ദിക്കിൽനിന്നും ഭീമദുര്യോധനന്മാരുടെ യുദ്ധം കാണാൻ എത്തും. കഴിയുമെങ്കിൽ അധർമ്മ വൃത്തി ഒഴിവാക്കിത്തന്നെ കൊല്ലുന്നതായിരിക്കും നല്ലത്.

ഭീമൻ : നിങ്ങളാരും അതിനെക്കുറിച്ച് ഉത്ക്കണ്ഠപ്പെടേണ്ടതില്ല. ഭീമനറിയാം എന്തുവേണമെന്ന്.

രംഗം 5

കൃഷ്ണൻ : ഹസ്തിനപുരിയിൽ രാജായുധിഷ്ഠിരന്റെ അഭിഷേകത്തിന്നുള്ള സന്നാഹങ്ങൾ നടന്നുവരുന്നു. കൃപാചാര്യന്റെയും ധൗമ്യമഹർഷിയുടെയും നേതൃത്വത്തിൽ ഗംഗാതീരത്ത് യുദ്ധത്തിൽ മരിച്ചവർക്കുള്ള ശേഷക്രിയ ചെയ്തുവരുന്നു. ഇതിനെല്ലാം നേതൃത്വം കൊടുക്കേണ്ട മഹാരാജാവ് ഇവിടെ പടകുടീരത്തിൽത്തന്നെ ഇരിക്കയാണോ.

യുധിഷ്ഠിരൻ : യുദ്ധത്തിൽ പാണ്ഡവർ യഥാർത്ഥത്തിൽ ജയിച്ചുവോ കൃഷ്ണാ. പരാജയത്തേക്കാൾ നികൃഷ്ടമായ ജയത്തിന്റെ പേരിൽ അഭിഷേകമോ. ചതിച്ചും കളവുപറഞ്ഞും കൊന്നവർക്കുവേണ്ടി ശേഷക്രിയയോ. ദുര്യോധനനെയെങ്കിലും ഭീമൻ വീരന്മാർക്കു ചേർന്നവിധം വധിക്കുമെന്നു കരുതി. ഗദായുദ്ധ നിയമങ്ങൾ ലംഘിച്ച് കാലും തച്ചുടച്ചു ദുര്യോധനനെ കൊന്നു. ദുര്യോധനന്റെ കിടപ്പുകണ്ട ക്രുദ്ധനായ അശ്വത്ഥാമാവ് ധൃഷ്ടദ്യുമ്നനേയും പാഞ്ചാലിയിൽ ഞങ്ങൾക്കുണ്ടായ അഞ്ചുപുത്രന്മാരെയും രാത്രിയിൽ ചെന്നു വെട്ടിനുറുക്കി. അവശേഷിച്ച സേനയെ ചുട്ടുകൊല്ലുകയും ചെയ്തു. പാണ്ഡവവംശം മുടിയുവാൻ അവൻ ബ്രഹ്മാസ്ത്രമയക്കുകയും ചെയ്തു.

കൃഷ്ണൻ : പാണ്ഡവവംശം മുടിയാനൊന്നും പോകുന്നില്ല രാജൻ. ഉത്തരയുടെ ഗർഭസ്ഥശിശുവിന്നു സുദർശനം കൊണ്ടു രക്ഷാകവചം തീർത്തിട്ടുണ്ട്.

യുധിഷ്ഠിരൻ : എല്ലാം സഹിക്കാമായിരുന്നു. എന്നാൽ കർത്തവ്യങ്ങളുപദേശിച്ചും ആപത്തുക്കളിൽ നിന്നു

രക്ഷിച്ചും ഞങ്ങളെ എന്നെന്നും കാത്തുപോന്ന മഹാപുരുഷൻ ഗാന്ധാരി മാതാവിന്റെ ശാപത്തിൽപ്പെട്ടത് ഞങ്ങളെങ്ങനെ സഹിക്കും. മുപ്പത്താറാമാണ്ടിൽ അങ്ങയും അങ്ങയുടെ വംശവും മുടിയുമെന്ന കൊടുംശാപം.

കൃഷ്ണൻ : അതിൽ നിങ്ങളാരും വിഷമിക്കരുത് രാജാവേ. മുപ്പത്താറു വർഷത്തിനുശേഷം ദ്വാപരയുഗം കഴിഞ്ഞു. കലിയുഗം പിറക്കും. നമ്മുടെയെല്ലാം ദൗത്യം ഈ യുഗത്തിൽത്തന്നെ അവസാനിക്കും. ഇപ്പോൾത്തന്നെ വംശീയകലഹത്തിൽപ്പെട്ട യാദവവംശം മുഴുവൻ അപ്പോഴേക്കും മുടിയും. ദ്വാരക കടലെടുക്കും മുമ്പുതന്നെ ഞാൻ മനസ്സിൽകണ്ട കാര്യം തന്നെയാണ് ഗാന്ധാരിമാതാവ് പറഞ്ഞത്.

യുധിഷ്ഠിരൻ : വേണ്ട കൃഷ്ണാ.. കൃഷ്ണനില്ലാത്ത ഒരു കാലത്തെ എനിക്ക് സങ്കല്പിക്കാൻപോലും പ്രയാസമാണ്. ഞാൻ സന്ന്യാസം സ്വീകരിക്കാൻ നിശ്ചയിച്ചു. കരുത്തനായ ഭീമൻ രാജ്യം ഭരിക്കട്ടെ. അവനാണ് അതിന്നർഹത. അവനാണ് യുദ്ധം ജയിച്ചത്.

ദ്രൗപദി : പ്രണാമം പ്രഭോ..

കൃഷ്ണൻ : ആയുഷ്മതിയായിരിക്കൂ സോദരീ. ദുഃഖങ്ങൾ സഹിച്ചു കർത്തവ്യങ്ങളേറ്റെടുക്കാൻ സന്നദ്ധയാകൂ. രാജാവു പറയുന്നത്. കേട്ടില്ലേ ദ്രൗപദീ. രാജസ്ഥാനം സ്വീകരിക്കാൻ അദ്ദേഹം തയ്യാറല്ലെന്ന്. ഭീമൻ രാജാവാകട്ടെ എന്ന്.

ദ്രൗപദി : നല്ല കാര്യമല്ലേ പ്രഭോ. സംഘർഷഭരിതമായ ഈ ലൗകികജീവിതം ഉപേക്ഷിച്ചു, സന്ന്യസിക്കണമെന്ന് ഞാനും ഇടയ്ക്കൊക്കെ മോഹിക്കാറുണ്ട്. രാജാവിന്റെ കൂടെ ഞാനും ഇറങ്ങുകായായി.

യുധിഷ്ഠിരൻ : എന്താ ദ്രൗപദി പറയുന്നത്. ഭീമൻ രാജാവായാൽ പട്ടമഹിഷി സ്ഥാനത്തിരിക്കേണ്ടവൾ സന്ന്യസിക്കാനോ.

ദ്രൗപദി : ഭീമൻ രാജാവായാൽ പട്ടമഹിഷിയാവേണ്ടത് ജല

സ്ധര. ഭീമന്റെ പ്രിയപത്നി.

യുധിഷ്ഠിരൻ : ദ്രൗപദീ... നീ ഞങ്ങൾ അഞ്ചുപേരുടേയും ഇഷ്ട പത്നിയാണ്.

ദ്രൗപദി : എന്നുവെച്ച് ജ്യേഷ്ഠപാണ്ഡവൻ മഹാരാജാവാകുമ്പോൾ മാത്രമേ ദ്രൗപദി പട്ടമഹിഷിയാകൂ. ഇന്ദ്രപ്രസ്ഥത്തിൽ നമ്മൾ അങ്ങനെയാണ് വാണത്.

യുധിഷ്ഠിരൻ : ഈശ്വരാ.. അർജ്ജുനൻ വേട്ടുകൊണ്ടുവന്ന നാൾതൊട്ടു ക്ലേശവും മാനഹാനിയും മാത്രം സഹിച്ച് ഞങ്ങൾക്ക് സാന്ത്വനമായിക്കഴിഞ്ഞ പാഞ്ചാലിക്കാണ് ഈ രാജ്യത്തിന്റെ അവകാശം. അവളുടെ നിശ്ചയദാർഢ്യവും ആത്മബലവുമാണ് ഞങ്ങളുടെ ഐക്യത്തിന്നും വിജയത്തിനും എന്നും പ്രചോദനമായിത്തീർന്നത്.

കൃഷ്ണൻ : നിങ്ങൾ ഇക്കാര്യത്തിൽ തർക്കിക്കേണ്ടതില്ല. മഹാരാജ യുധിഷ്ഠിരൻ ഇന്നുതന്നെ ഹസ്തിനപുരിയിലെ രാജാവായി അഭിഷേകം ചെയ്യും. ദ്രൗപദി അദ്ദേഹത്തിന്റെ പട്ടമഹിഷിയും.

യുധിഷ്ഠിരൻ : ഭഗവാന്റെ ആജ്ഞ

ദ്രൗപദി : മഹാരാജാവിനെ മുഖം കാണിക്കാൻ കുന്തിമാതാവ് പുറത്തു കാത്തുനിൽക്കുന്നു.

കൃഷ്ണൻ : രാജാവിന്റെ ഇപ്പോഴത്തെ ആധിക്കും കുന്തീദേവി തന്നെയാണ് ഔഷധം. നമുക്ക് പുറത്തിരിക്കാം കൃഷ്ണേ..

യുധിഷ്ഠിരൻ : അമ്മയുടെ ചിറകുകൾക്കുള്ളിലൊളിക്കാൻ ഞാൻ അങ്ങോട്ടു വരാൻ ആഗ്രഹിച്ചുകൊണ്ടിരിക്കുമ്പോഴാണ് കുളിർമഴ പോലെ അമ്മ ഇങ്ങോട്ടെത്തിയത്. ഞാൻ ആകെ അസ്വസ്ഥനാണമ്മേ..

കുന്തി : അമ്മ ദുഃഖങ്ങളല്ലാതെ ഒരിയ്ക്കലും ആശ്വാസം തന്നിട്ടില്ലല്ലോ മകനെ.

യുധിഷ്ഠിരൻ : അമ്മയ്ക്കും മക്കൾ ദുഃഖങ്ങളല്ലാതെ മറ്റൊന്നും തന്നിട്ടില്ലല്ലോ.

കുന്തി : ഞാനിപ്പോൾ വന്നത് നിന്നോട് ഒരു രഹസ്യം പറയുവാനാണ്. ജീവിതകാലം മുഴുവൻ അമ്മ

ചുമന്നുകൊണ്ടുനടന്ന ഒരു ഭീകരസത്യം.

യുധിഷ്ഠിരൻ : ഭീകരസത്യമോ. എന്താണമ്മേ..

കുന്തി : യുദ്ധത്തിൽ മരിച്ചവരുടെ ശവസംസ്കാരകർമ്മങ്ങൾ പൂർത്തിയായോ?

യുധിഷ്ഠിരൻ : നടന്നുവരുന്നു. കർണ്ണനെപ്പോലെ അവകാശികളില്ലാത്തവർ ബാക്കിയുണ്ട്.

കുന്തി : കർണ്ണന് അവകാശികളുണ്ട്

യുധിഷ്ഠിരൻ : അതിരഥനും രാധയുമൊന്നും വന്നുകണ്ടില്ല

കുന്തി : അവരൊന്നും കർണ്ണന്റെ അവകാശികളല്ല. കർണ്ണന്റെ അവകാശി ഇതാ എന്റെ മുമ്പിലുണ്ട്.

യുധിഷ്ഠിരൻ : അമ്മ പറയുന്നത്...

കുന്തി : കർണ്ണന്റെ നേരെ അവകാശി യുധിഷ്ഠിരൻ

യുധിഷ്ഠിരൻ : അമ്മേ..

കുന്തി : അതേ.. എന്റെ ഉദരത്തിൽ പിറന്ന ആദ്യപുത്രൻ

യുധിഷ്ഠിരൻ : അമ്മ ഭ്രാന്തു പറയുന്നോ

കുന്തി : നല്ല ബോധത്തോടെ സത്യം പറയുകയാണ്. എന്റെ മറ്റു പുത്രന്മാരെപ്പോലെ ദേവാംശമായി എന്റെ ഉദരത്തിൽ വന്നുപിറന്നവൻ. സൂര്യപുത്രൻ. അവിവാഹിതയായ ഞാൻ ദുർവ്വാസാവു മഹർഷി തന്ന മന്ത്രത്തെ അവിശ്വസിച്ചു ജപിച്ചതിന്റെ ശിക്ഷ. അവനെ നദിയിലൊഴുക്കുകയല്ലാതെ മറ്റു വഴിയില്ലായിരുന്നു മോനേ..

യുധിഷ്ഠിരൻ : അമ്മേ.. ഞാനീ കേൾക്കുന്നത് സത്യമാണെങ്കിൽ എനിക്ക് എന്തുകൊണ്ടാണ് ഭ്രാന്തുപിടിക്കാത്തത്. കരിങ്കല്ലുപോലുള്ള ഈ സത്യവും ഹൃദയത്തിൽ പേറിയാണോ എന്റെ അമ്മ ഇതുവരെ ജീവിച്ചത്. ഈശ്വരാ.. ഇനിമേൽ ഒരു സ്ത്രീക്കും രഹസ്യം ഒളിപ്പിച്ചുവയ്ക്കാൻ കഴിയാതെ പോകട്ടെ. നെഞ്ചിൽത്തൊട്ടു ഞാൻ ശപിക്കുകയാണ്.

കുന്തി : ലോകം കുലടയെന്നാക്ഷേപിക്കുമെന്ന് ഭയന്ന ഞാൻ ഇതുവരെ ആ രഹസ്യം ഒളിപ്പിക്കുകയായിരുന്നു. ആയുധപരീക്ഷാമയത്ത് ഭീമന്റെ അധിക്ഷേപം കേട്ടു അധോന്മുഖനായി കർണ്ണൻ നിന്നപ്പോൾ അറിയാതെ ഞാൻ മേൽപ്പോട്ടു നോക്കി

ppോയി. സൂര്യദേവന്റെ കത്തിജ്വലിക്കുന്ന കണ്ണുകൾ കണ്ടതും ഞാൻ മോഹാലസ്യപ്പെട്ടുപോയി. ബോധം കെട്ടിരുന്നില്ലെങ്കിൽ അന്നാ രഹസ്യം ഞാൻ വെളിപ്പെടുത്തിയേനെ.

യുധിഷ്ഠിരൻ : എങ്കിൽ ഈ വൈരാഗ്യവും യുദ്ധവും നിഷ്ഠൂരമായ വധങ്ങളും ഒന്നുമുണ്ടാകുമായിരുന്നില്ലല്ലോ അമ്മേ.. അർജ്ജുനനെക്കൊണ്ടു ഞാൻ ഭ്രാതൃഹത്യ ചെയ്യിക്കുമായിരുന്നില്ലല്ലോ. കൃഷ്ണന് ഈ രഹസ്യമറിയില്ലേ..

കുന്തി : കൃഷ്ണന്നു അറിയാത്ത രഹസ്യങ്ങളുണ്ടോ യുധിഷ്ഠിരാ..

കൃഷ്ണൻ : രഹസ്യം കുന്തിമാതാവിൽനിന്ന് അറിഞ്ഞു കഴിഞ്ഞെങ്കിൽ അഭിഷേകത്തിന്നുമുമ്പ് കർണ്ണന്റെ അന്ത്യകർമ്മങ്ങൾ അനുഷ്ഠിക്കണം. പുരോഹിതൻ ധൗമ്യമഹർഷിയെ കാര്യമുണർത്തിക്കണം.

യുധിഷ്ഠിരൻ : ഭീമനും അർജ്ജുനനും പാഞ്ചാലിയും അറിഞ്ഞില്ലേ കർണ്ണൻ നമ്മുടെയെല്ലാം ജ്യേഷ്ഠസഹോദരനാണെന്ന്.

അർജ്ജുനൻ : എന്ത്! ഞാൻ കൊന്നത് എന്റെ അമ്മയുടെ ഉദരത്തിൽ പിറന്ന സ്വന്തം ജ്യേഷ്ഠനെയാണെന്നോ. ദൈവമേ, ഭ്രാതൃഹത്യക്കുള്ള മഹാപാപം എന്നു തീരാനാണ്?

ഭീമൻ : സൗകര്യം കിട്ടുമ്പോഴെല്ലാം അദ്ദേഹത്തെ ഞാൻ അപമാനിച്ചിട്ടേ ഉള്ളൂ..

ദ്രൗപദി : സ്വയംവരമണ്ഡപത്തിൽ വെച്ചുപോലും അദ്ദേഹത്തെ ഞാൻ മാനംകെടുത്തി അയച്ചു.

കൃഷ്ണൻ : മറ്റൊരു രഹസ്യവും കൂടി ഞാൻ വെളിപ്പെടുത്താം. അർജ്ജുനനൊഴിച്ച് മറ്റു സഹോദരന്മാർ ഇന്നു ജീവിച്ചിരിക്കുന്നത് കർണ്ണന്റെ ദയകൊണ്ടാണ്. കുന്തീദേവി കർണ്ണനിൽനിന്ന് ഭിക്ഷയായി വാങ്ങിയതാണ് ആ ദയ.

യുധിഷ്ഠിരൻ : ഞാൻ അതൊന്നും കേൾക്കാൻ ശക്തനല്ല കൃഷ്ണാ.. എന്റെ ബുദ്ധി മങ്ങുന്നു. ശക്തിയെല്ലാം ചോർന്നുപോകുന്നപോലെ. ദയവായി

രാജ്യഭാരം എന്നിൽനിന്ന് എടുത്തുമാറ്റൂ. രാജ്യം ഭീമനെ ഏല്പിക്കൂ.

ഭീമൻ : കുലനീതിക്കെതിരായി ജ്യേഷ്ഠൻ സംസാരിക്കരുത്. യുധിഷ്ഠിരൻ രാജാവ്. ദ്രൗപദി പട്ടമഹിഷി. ഭീമാർജ്ജുനന്മാരും നകുലസഹദേവന്മാരും മഹാരാജാവിന്റെ വിശ്വസ്തസേവകർ.

കുന്തി : യുധിഷ്ഠിരൻ രാജാവാകണം. രാജമാതാവിന്റെ ആജ്ഞയല്ല. അമ്മയുടെ അപേക്ഷ. രാജാവാകുന്നത് രാജഭോഗങ്ങൾ നുകരാനല്ല. നമ്മൾമൂലം ദുഃഖമനുഭവിക്കുന്ന അയുതക്കണക്കിൽ അശരണരായ അമ്മമാരുടെയും ഭാര്യമാരുടെയും മക്കളുടെയും കണ്ണുനീർ തുടയ്ക്കാനാണ്. യുദ്ധമെന്ന മഹാപാപത്തിന്റെ പ്രായശ്ചിത്തം അതുമാത്രമാണ്.

കൃഷ്ണൻ : ദേവി പറഞ്ഞതാണ് ശരി.

കുന്തി : പാണ്ഡവവംശത്തിന്റെ രക്ഷകനായി എന്നും നിലകൊണ്ട എന്റെ കൃഷ്ണാ അങ്ങയോടു ഒരു സംശയം ചോദിക്കട്ടെ. ലോകം കണ്ടതിൽവെച്ച് ഏറ്റവും വലിയ പരാക്രമികളേയും പണ്ഡിതന്മാരേയും പ്രസവിച്ച എനിക്കും എന്റെ മക്കൾക്കും ദുഃഖം മാത്രം വിധിച്ചത് എന്തുകൊണ്ടാണ്.

കൃഷ്ണൻ : ഭാഗ്യമില്ലാത്തതുകൊണ്ട്. പാണ്ഡിത്യവും പരാക്രമവും ഒപ്പം ഭാഗ്യവുമുണ്ടായാലേ മനുഷ്യന്ന് സൗഖ്യമുണ്ടാവുകയുള്ളൂ.

കുന്തി : ശൂരന്മാർക്കും പണ്ഡിതന്മാർക്കും പകരം ഭാഗ്യവാന്മാരെ പ്രസവിക്കണമെന്നു ലോകത്തിലെ അമ്മമാരോടു ഞാൻ ഉപദേശിക്കാം, അല്ലേ കൃഷ്ണാ..

കൃഷ്ണൻ : സ്വന്തം അനുഭവത്തിൽ നിന്നുൾക്കൊണ്ട പാഠമല്ലേ. മറ്റുള്ളവരുമായി നിശ്ചയമായും പങ്കുവയ്ക്കണം. എന്നാൽ ഭാഗ്യവാന്മാരെ പ്രസവിക്കാൻ അമ്മമാർമാത്രം വിചാരിച്ചാൽ മതിയോ? ഈശ്വരകാരുണ്യവും കൂടി വേണ്ടേ..

കുന്തി : ആ കാരുണ്യം എനിക്കായി മാത്രം നിഷേധിക്ക

		പ്പെട്ടതെന്തുകൊണ്ടാണ് ദേവാ.
കൃഷ്ണൻ	:	ഇത്രയും പരാക്രമികളായ മക്കളെ അമ്മയ്ക്കു നൽകിയതും ഈശ്വരകാരുണ്യമല്ലേ..
കുന്തി	:	കൃഷ്ണനോടു തർക്കിക്കാൻ ഞാനാളല്ല. ഒരു ചോദ്യം കൂടി ചോദിച്ചോട്ടെ കൃഷ്ണാ.. കുരുക്ഷേത്രയുദ്ധം കൊണ്ടുണ്ടായ നേട്ടമെന്താണ്?
കൃഷ്ണൻ	:	യുദ്ധം കൊണ്ടുണ്ടായ നേട്ടമോ ദേവീ. അതുകൊണ്ടുണ്ടാവുന്നത് നാശം. കുരുക്ഷേത്രത്തിലുണ്ടായത് അധർമ്മത്തിന്റെ നാശം. അധർമ്മത്തിന്റെ നാശത്തിൽനിന്നു വേണം ധർമ്മം പുനഃസ്ഥാപിക്കാൻ. പാണ്ഡവർ ഹസ്തിനപുരം വീണ്ടെടുത്തതും അതിനാണ്.
യുധിഷ്ഠിരൻ	:	അങ്ങ് തുണയായി നിൽക്കുമെങ്കിൽ ധർമ്മസംസ്ഥാപനത്തിന്നായി ഞാൻ രാജ്യഭാരം കൈയേൽക്കാം. എല്ലാവരുടേയും അനുഗ്രഹത്തിന്നായി ഞാൻ പ്രാർത്ഥിക്കുന്നു.

(ബാക്കിയുള്ളവർ 'മംഗളം ഭവതു' എന്ന് ആശംസിക്കുന്നു.)

സർവ്വജ്ഞന്റെ ചിരി

കഥാപാത്രങ്ങൾ

ധൃതരാഷ്ട്രർ (സന്യാസവേഷം)
ഗാന്ധാരി (സന്യാസവേഷം)
കുന്തി (സന്യാസവേഷം)
വ്യാസഭഗവാൻ
പ്രജ - 1
പ്രജ - 2 (സ്ത്രീ)

സ്ഥലം:- ഹസ്തിനപുരം കൊട്ടാരത്തിന്റെ കവാടം. മുമ്പിൽ നീളുന്ന രാജപാത. പാതയ്ക്കിരുവശവും പ്രജകളും സഭാമുഖ്യരും ഉണ്ടെന്നു സങ്കല്പം. രംഗത്ത് ധൃതരാഷ്ട്രർ, ഗാന്ധാരി, കുന്തി, വ്യാസഭഗവാൻ എന്നിവർ. കർട്ടനുയരുമ്പോൾ കൈകൂപ്പിക്കൊണ്ടു ധൃതരാഷ്ട്രരും കണ്ണുകെട്ടിയ ഗാന്ധാരിയും നിൽക്കുന്നു. പിന്നിൽ ഉപരിതലത്തിൽ ശാന്തിമുദ്രയുമായി വ്യാസഭഗവാനും. മുന്നിൽ അതുവരെ ഉണ്ടായിരുന്ന ആരവങ്ങൾ അടങ്ങി നിശ്ശബ്ദമായി നിൽക്കുന്ന സദസ്സ് എന്ന സാങ്കല്പികവും.

ധൃതരാഷ്ട്രർ : ഹസ്തിനപുരത്തെ എന്റെ പ്രിയപ്പെട്ട പ്രജകളെ! ധർമ്മാത്മാവായ യുധിഷ്ഠിരന്ന് ഹസ്തിനപുരം രാജപദവി ഏല്പിച്ചു ഞാൻ വിടവാങ്ങിയത് എല്ലാവർക്കും അറിവുള്ളതാണല്ലോ. ഇവിടുത്തെ എന്റെ കർമ്മങ്ങൾ അവസാനിച്ചു. പത്നീസമേതം ഞാൻ വാനപ്രസ്ഥം സ്വീകരിച്ചു കാട്ടിലേക്ക് പോവുകയാണ്. എന്നും കണ്ണുപൊട്ടനായി ജീവിച്ച എനിക്ക് അല്പം വെളിച്ചം കണ്ടുകൊണ്ടു മരിക്കാമെന്ന പ്രതീക്ഷയോടെ. രാജമാതാവായിട്ടും എന്റെ സഹോദരപത്നി കുന്തിയും ഞങ്ങളെ അനുഗമിക്കുന്നുണ്ട്. എല്ലാവരും അനുജ്ഞ നല്കിയാലും.

(മംഗളം ഭവന്തു.. എന്നു പ്രജകളുടെ ആശംസകൾ.. ആശംസ കഴിഞ്ഞതും പ്രജകളിൽ നിന്ന് ഒരാൾ വേദിയിലേക്ക് കയറിവരുന്നു.)

പ്രജ : അനുഭവതീഷ്ണമായ ദീർഘലൗകികജീവിതം അവസാനിപ്പിച്ച് അങ്ങ് വനത്തിലേക്ക് പോകുമ്പോൾ ഞങ്ങളോട് ഒന്നും ഉപദേശിക്കാനില്ലേ.

ധൃതരാഷ്ട്രർ : (ആത്മനിന്ദയോടെ ചിരിച്ചുകൊണ്ട്)
'ജാനാമിധർമ്മം നചമേ പ്രവൃത്തി
ജാനാമ്യധർമ്മം നചമേ നിവൃത്തി'
ധർമ്മമെന്താണെന്ന് എനിക്കറിയാമായിരുന്നു.

അതു പ്രവൃത്തിയിൽ കൊണ്ടുവരാൻ എനിക്ക് കഴിഞ്ഞില്ല. അധർമ്മമാണെന്നും എനിക്കറിയാമായിരുന്നു. അതിൽനിന്നു നിവൃത്തി നേടാനും എനിക്ക് കഴിഞ്ഞില്ല. അങ്ങനെയുള്ള ഞാനെന്തുപദേശിക്കാൻ.

(തത്സമയം ഉപരിതലത്തിൽ നിൽക്കുന്ന വ്യാസഭഗവാൻ അത്യുച്ചത്തിൽ ചിരിക്കുന്നു. ചിരി ഉൾഭ്രാന്തി പരത്തുന്ന ഒരനുഭവമാക്കാൻ ഇവിടെ സംവിധായകൻ ആവണം.)

വരൂ ഗാന്ധാരീ, കുന്തീ, നമുക്കു പോകാം.

(അവർ രണ്ടു ചുവടുവെയ്ക്കുന്നതിന്നുമുമ്പേ സദസ്സിൽനിന്നു ഒരു സ്ത്രീ പ്രജ കയറിവരുന്നു)

സ്ത്രീ : കുന്തീദേവിയോടാണ് എനിക്ക് ചോദിക്കാനുള്ളത്. നരലോകത്തിൽ വന്നുപെടാവുന്ന എല്ലാ ദുരിതങ്ങളും അപമാനങ്ങളും സഹിക്കേണ്ടിവന്ന ഭവതിക്ക് ഇവിടുത്തെ സ്ത്രീകളോടു ഒന്നും പറയാനില്ലേ.

കുന്തി : (ചിരിച്ചുകൊണ്ട് അല്പം ആലോചിച്ച്)
ഭാഗ്യവന്തം പ്രസ്ത്രയേതാ
മാശൂരം മാചപണ്ഡിതം

സ്ത്രീ : ഭാഗ്യവാന്മാരെ പ്രസവിക്കുക. ശൂരന്മാരെയും പണ്ഡിതന്മാരെയും അല്ല എന്നാണോ അർത്ഥമാക്കുന്നത്.

കുന്തി : അതെ.

സ്ത്രീ : ഭാഗ്യമോ?

കുന്തി : അതെ ഭാഗ്യം

സ്ത്രീ : അതെങ്ങനെ സ്വായത്തമാക്കും മാതേ..

(തത്സമയം മുമ്പത്തെപോലെ വ്യാസന്റെ ചിരി കേൾക്കുന്നവരിൽ ഉൾഭ്രാന്തി പരത്തുന്ന ചിരി)

ഗാന്ധാരി : വരൂ കുന്തീ, മഹാരാജാവെ നമുക്കു പോകാം. അടുത്ത ചോദ്യം എന്നോടായിരിക്കും. ഇതിന്നെല്ലാം ഉത്തരം പറയേണ്ട ആൾ കാണുന്നില്ലേ. നിന്നുചിരിക്കുകയാണ്.

(വീണ്ടും വ്യാസന്റെ അർത്ഥം മനസ്സിലാവാത്ത ചിരി. ആ ചിരിയിൽ അന്തംവിട്ടു കൊണ്ടു എല്ലാവരും വ്യാസനെ നോക്കിനിൽക്കുന്നു.)

നരനും വാനരനും

കഥാപാത്രങ്ങൾ

ശ്രീരാമൻ (താപസവേഷം)

ലക്ഷ്മണൻ

സുഗ്രീവൻ

ഹനുമാൻ

സ്ഥലം : ഋശ്യമൂകാചലം. വസന്തകാലത്തിന്റെ ആരംഭം. പക്ഷികളുടെ മധുരഗീതങ്ങൾ. പൂക്കൾ നിറഞ്ഞ വനസമൃദ്ധി. വസന്തോത്സവത്തിലെ വിവിധ കാഴ്ചകൾ കണ്ടു വികാരവിവശനാകുന്ന ശ്രീരാമൻ. സീതയോടൊപ്പം വർഷങ്ങളോളം വനത്തിൽ വസന്തം കൊണ്ടാടിയ സ്മരണകളാണ് അദ്ദേഹത്തെ വിരഹവിവശനാകുന്നത്. കാഴ്ചകൾ കണ്ടു ഉത്തേജിതനാകുന്നതും അത് പിന്നീട് വ്യസനത്തിലേക്ക് മാറുന്നതും ശ്രീരാമന്റെ മുഖത്ത് കാണാം. ശിലാമെത്തകളും പൂങ്കാവുകളും വേദിയിൽ.

(കർട്ടനുയരുമ്പോൾ ശ്രീരാമൻ വിഷണ്ണനായി ശിലാതലത്തിലിരിക്കയാണ്. ലക്ഷ്മണൻ പ്രവേശിക്കുന്നു. ശ്രീരാമനെ അല്പസമയം നോക്കി നിൽക്കുന്നു.)

ലക്ഷ്മണൻ : ജ്യേഷ്ഠാ... അങ്ങെന്താണ് ഇങ്ങനെ ആകുലനായി ഇരിക്കുന്നത്.

ശ്രീരാമൻ : കണ്ടില്ലേ ലക്ഷ്മണാ . ഇത്തവണയും ഈ വനത്തിലും വസന്തമെത്തിയിരിക്കുന്നു. ചെമ്പകവും അശോകവും കുന്നിവാകയും രാജമല്ലിയുമെല്ലാം. നിറയെ പൂത്തുനിൽക്കുന്നതു കണ്ടില്ലെ. മന്ദാനിലൻ പുഷ്പഗന്ധവുമായി മുമ്പിൽ വന്നു നൃത്തമാടുന്നു. കിളികളെല്ലാം വിളിച്ചു ചോദിക്കുന്നതു കേട്ടില്ലേ... സീതയെവിടെ... സീതയെവിടെ...

(ശ്രീരാമൻ കരഞ്ഞുപോകുന്നു.)

ലക്ഷ്മണൻ : ജ്യേഷ്ഠാ...അങ്ങും പ്രാപഞ്ചികദുഃഖങ്ങൾക്ക് വിധേയനാകുകയാണോ. അങ്ങേയ്ക്കറിയാത്ത പ്രപഞ്ചരഹസ്യങ്ങളൊന്നുമില്ലല്ലൊ.

ശ്രീരാമൻ : മനുഷ്യനായി ജനിച്ചാൽ ആരായാലും പ്രപഞ്ചത്തിലെ എല്ലാ ദുഃഖവും അവനും വിധിച്ചിട്ടുള്ളതാണ്. ലക്ഷ്മണൻ ഓർക്കുന്നുണ്ടോ കഴിഞ്ഞ വസന്തത്തിൽ മിക്ക ദിവസങ്ങളിലും നാം ഗോദാവരീ തടത്തിലായിരുന്നു താമരപ്പൂവറുത്തു നദി

യിൽ നീന്തിയും സീതയോടൊപ്പം മണൽത്തിട്ടി ലോടിയും ചിറകില്ലാത്ത പക്ഷികളെപോലെ കാട്ടി ലെങ്ങും പറന്നു കളിക്കയായിരുന്നില്ലേ. അപ്പോൾ വനദേവതമാർ പുഷ്പവൃഷ്ടി നടത്തും. ഇന്നും അതാ പൂക്കൊട്ടകളുമായി വിളിക്കുന്നുണ്ട് ദേവ തകൾ. സീതയെവിടെ എന്നു ചോദിച്ചാൽ അവ രോടു ഞാൻ എന്തുപറയും.

(വിവശനായി ശിലാമെത്തയിൽ ചെന്നുവീണു വിതുമ്പുന്നു. ലക്ഷ്മണനും വിവശനാകുന്നുണ്ട്. അല്പം കഴിഞ്ഞു സ്വയം നിയന്ത്രി ച്ചുകൊണ്ടു ലക്ഷ്മണൻ വന്നകാര്യം പറയുന്നു.)

ലക്ഷ്ണനൻ : പൂജ്യശ്രീ ഹനുമാനും വാനരരാജൻ സുഗ്രീവനും അങ്ങയെ മുഖം കാണിക്കൻ വന്നു നിൽക്കുന്നു. ആകാശമാർഗ്ഗേ വിമാനത്തിൽ പോയ ഒരു സ്ത്രീ വലിച്ചെറിഞ്ഞ കുറേ ആഭരണങ്ങളുമായിട്ടാണ് വന്നിട്ടുള്ളത്. ജ്യേഷ്ഠത്തിയുടെ ആഭരണങ്ങ ളാണോ എന്ന് അങ്ങയെ കാണിച്ച ഉറപ്പിക്കാ നാണ്.

ശ്രീരാമൻ : *(കൂടുതൽ ദുഃഖത്തോടെ)* വേണ്ട.... വേണ്ട... എനിക്കും അത് കാണാനുള്ള ശക്തിയില്ല. നീ പരിശോധിച്ചാൽ മതി. അവരെ യഥോചിതം സ്വീകരിക്കു. ഞാൻ ഇവിടെ കുറച്ചുനേരം കിട ക്കട്ടെ.

(ശ്രീ രാമൻ ശിലാമെത്തയിൽ തന്നെ കിടക്കുന്നു. ലക്ഷ്മണൻ പുറ ത്തുപോയി ഹനുമാനെയും സുഗ്രീവനെയും അകത്തേക്കു കൊണ്ടു വന്നു. ശിലാസനങ്ങളിൽ ഇരുത്തുന്നു.)

ഹനുമാൻ : ജയ്ശ്രീറാം

ലക്ഷ്മണൻ : ജ്യേഷ്ഠൻ. വസന്താഗമനത്തിൽ സീതാദേവി യുടെ സ്മരണകളിൽ വ്യഥിതനായി കിടക്ക യാണു രണ്ടു പേരെയും സ്വീകരിച്ചിരുത്താൻ എന്നോടു ആജ്ഞാപിച്ചാണ് കിടന്നത്.

സുഗ്രീവൻ : ഞങ്ങൾ കൊണ്ടുവന്ന ആഭരണങ്ങൾ അവിടുന്നു കാണേണ്ടേ!

ലക്ഷ്മണൻ : അവ പരിശോധിക്കാനും എന്നെ ഏല്പിച്ചിട്ടുണ്ട്.

(ആഭരണങ്ങൾ ഓരോന്നായി കാണിക്കുന്നു.)

സുഗ്രീവൻ : ഈ ആഭരണം എവിടെ അണിയാനുള്ളതാണ്.

ലക്ഷ്മണൻ : അത് തോൾ വളയല്ലേ. *(സൂക്ഷ്മമായി നോക്കിക്കൊണ്ട്)* ദേവി ഇതണിഞ്ഞു കണ്ടിട്ടില്ലല്ലോ. ഇതു ദേവിയുടേതാണ് എന്നു എനിക്കുതോന്നുന്നില്ല.

ഹനുമാൻ : ഈ കുണ്ഡലങ്ങളോ കുമാരാ...

ലക്ഷ്മണൻ : *(സൂക്ഷ്മമായി നോക്കി)* അറിഞ്ഞുകൂടാ. ദേവി അണിഞ്ഞു കണ്ടതായി ഓർമ്മയില്ല.

ഹനുമാൻ : അപ്പോൾ ഈ പാദസരങ്ങളും ദേവിയുടേതാവാൻ വഴിയില്ല.

ലക്ഷ്മണൻ : ഹായ്. *(ആവേശപൂർവ്വം)* അത് ദേവിയുടേതാണ്. എനിക്കറിയാം. എപ്പോഴും പ്രഭാതത്തിൽ ദേവിയുടെ പാദങ്ങളിൽ നമസ്ക്കരിക്കുമ്പോൾ കാണാറുള്ളതല്ലേ. *(പാദസരങ്ങൾ കൈയിൽ വാങ്ങി വീണ്ടും വീണ്ടും ശീർഷം തൊടുവിച്ചു വണങ്ങുന്നു.)* ദേവീ... ദേവീ... അങ്ങിപ്പോൾ എവിടെയാണ്. *(വിലപിച്ചു കൊണ്ടുകരയുന്നു.)*

ഹനുമാൻ : ദുഃഖമടക്കു കുമാരാ...

സുഗ്രീവൻ : ഒന്നു ചോദിച്ചോട്ടെ കുമാരാ. നൂപുരം തിരിച്ചറിഞ്ഞ അങ്ങ് തോൾ വളകളും കുണ്ഡലങ്ങളും തിരിച്ചറിയാതിരുന്നത് എന്തുകൊണ്ടാണ്.

ലക്ഷ്മണൻ : നാഹം ജാനാമി കേയൂരേ
നാഹം ജാനാമി കുണ്ഡലേ
നൂപരേത്വപി ജാനാമി
നിത്യം പാദാഭിവന്ദനാത്
നൂപുരം ദേവിയടേതാണ് എന്നു പറഞ്ഞത് അത് ദേവി പാദങ്ങളിൽ അണിഞ്ഞുകാണുന്നത് കൊണ്ടാണ്. പാദങ്ങളൊഴിച്ചു മറ്റൊന്നും ഞാൻ നോക്കാറില്ല സുഗ്രീവരാജൻ. അതുകൊണ്ടു തന്നെ മറ്റ് ആഭരണങ്ങൾ അണിഞ്ഞത് കാണാത്തതായിരിക്കും. *(സുഗ്രീവനും ഹനുമാനും പരസ്പരം നോക്കുന്നു.)* നിങ്ങൾ ഇവിടെ ഇരിക്കൂ. ജ്യേഷ്ഠൻ ഉണരുമ്പോഴേക്കും ഭക്ഷണം ഒരു

ക്കട്ടെ.

(ലക്ഷ്മണൻ അകത്തേക്കു പോകുന്നു.)

സുഗ്രീവൻ : മഹാജ്ഞാനിയായ പൂജ്യശ്രീ ഹനുമാൻ, എന്താ കുമാരൻ പറഞ്ഞതിന്റെ അർത്ഥം. ദേവിയുടെ പാദങ്ങളൊഴിച്ചു മറ്റൊന്നം നോക്കാറില്ലെന്നോ. നൂപുരമൊഴിച്ചു മറ്റു ആഭരണങ്ങൾ കാണാറില്ലെന്നോ.

ഹനുമാൻ : (ദീർഘമായി ചിരിക്കുന്നു) വാനരന്മാരായ നമ്മൾ നരന്മാരുടെ ആചാരമര്യാദകൾ എങ്ങനെ അറിയും. അതറിഞ്ഞു ആചരിച്ചുതുടങ്ങുന്ന നിമിഷം നമ്മളും നരന്മാരാവില്ലെ. ഉത്തമരായ നരന്മാർ ജ്യേഷ്ഠപത്നിയെ മാതാവായി കരുതി പൂജിക്കുന്നവരാണ്.

സുഗ്രീവൻ : മാതാവായോ! അത് സാധ്യമാണോ ഹനുമാൻ. അതിന്റെ ആവശ്യമെന്താ...

ഹനുമാൻ : മഹാബലവാനായ ബാലി മഹാരാജനുമായി യുവരാജാവായ അങ്ങ് ഇടഞ്ഞതെന്തിനായിരുന്നു. എല്ലാ നിലയ്ക്കും ബാലിയുടേതല്ലെ കിഷ്കിന്ധാ രാജ്യം.

സുഗ്രീവൻ : എല്ലാം അറിയുന്ന അങ്ങ് എന്തിന് എന്നോടു ചോദിക്കണം. സ്വന്തം സഹോദരന്റെ പത്നിയെ ഭയപ്പെടുത്തി കീഴ്പ്പെടുത്തി സ്വന്തം വെപ്പാട്ടിയായിവെച്ചുകൊണ്ടിരിക്കുന്നത്. വാനരനായാലും അനുവദിക്കാൻ പറ്റുമോ.

ഹനുമാൻ : അദ്ദേഹത്തിന്റെ ഭാര്യ താരാമഹാറാണിയെ അങ്ങും ഭാര്യയാക്കി സ്വീകരിച്ചതല്ലെ.

സുഗ്രീവൻ : രാക്ഷസന്റെ ഗുഹക്കുള്ളിൽ അകപ്പെട്ടപ്പോൾ ജ്യേഷ്ഠൻ മരിച്ചുപോയെന്ന് കരുതി രാജ്യഭരണത്തോടൊപ്പം മഹാറാണിയെയും ഏറ്റെടുക്കുകയായിരുന്നില്ലെ.

ഹനുമാൻ : യുവരാജനെ കുറ്റപ്പെടുത്തിയതല്ല. നിങ്ങൾ തമ്മിലുള്ള ശണ്ഠയുടെ പ്രധാനകാരണം. സഹോദരപത്നിയെ സ്വന്തമാക്കാനുള്ള രണ്ടു വാനരന്മാരുടെ മത്സരമാണ് ലോകത്തിലെ ഏത് കലഹ

ത്തിന് പിന്നിലും. ഒന്നുകിൽ കനകം അല്ലെങ്കിൽ കാമിനി. ഇവിടെയാണ് സഹോദരപത്നിയെ മാതാവായി പൂജിക്കുന്ന മനുഷ്യസംസ്കാരത്തിന്റെ മഹത്വം. ഇതുപോലുള്ള ആചാരങ്ങളും വിശ്വാസങ്ങളും സൃഷ്ടിക്കുന്ന സംസ്കാരമാണ് രാജ്യങ്ങളിൽ സമാധാനവും സമ്പത്തുമുണ്ടാക്കുന്നത്. ശ്രീരാമദേവനെപ്പോലെയും ലക്ഷ്മണകുമാരനെപ്പോലെയുമുള്ള മാതൃകാവ്യക്തികൾ സ്വന്തം ജീവിതത്തിലൂടെ അത്തരമൊരു പൈതൃകത്തിന് കാരണമാകുന്നു.

സുഗ്രീവൻ : നിത്യബ്രഹ്മചര്യം സ്വീകരിച്ച സേവനത്തിന്നായി ജീവിതം ഉഴിഞ്ഞുവെച്ച ഹനുമാൻ പാദരും ലോകത്തിന് മഹത്തായ മാതൃക.

(ഹനുമാൻ തിരിഞ്ഞുനിന്ന് ശ്രീരാമന്റെ നേർക്ക് കൈകൂപ്പി. ജയ്ശ്രീറാം എന്നുപറയുന്നു. സുഗ്രീവനും അത് ഏറ്റുപറഞ്ഞു തൊഴുന്നു. ശ്രീരാമന്റെ മുഖം പ്രഭാവലയത്തിൽ കുളിച്ചുനിൽക്കെ.)

കർട്ടൻ

പതിവ്രതയായ പാവ

കഥാപാത്രങ്ങൾ

സീത

ശ്രീരാമൻ

വസിഷ്ഠൻ

വാല്മീകി

കാവൽക്കാർ

സ്ഥലം: അയോധ്യപുരിയിലെ യാഗശാല. വേദിക്കുമുമ്പിൽ വദോച്ചാരണവും പൂജയും നടന്നുകൊണ്ടിരിക്കുന്നതായി പ്രേക്ഷകർക്ക് സങ്കല്പിക്കാം. വേദിയിൽ ശ്രീരാമൻ ഇടതുഭാഗത്ത് സ്വർണ്ണംകൊണ്ടുണ്ടാക്കിയ ഒരു സ്ത്രീരൂപം. വലതുഭാഗത്ത് വസിഷ്ഠമഹർഷി ഇരിക്കുന്നുണ്ട്. യാഗം വീക്ഷിച്ചുകൊണ്ട് രാമനും മഹർഷിയും ഇരിക്കയാണ്. അല്പം കഴിഞ്ഞു യാഗശാലയിലെ ശബ്ദം വളരെ പതിഞ്ഞ സ്വരത്തിലേക്കെത്തുന്നതോടെ രണ്ടുപേരും സംസാരിച്ചുതുടങ്ങുന്നു.

ശ്രീരാമൻ : മഹർഷേ വാല്മീകി മുനിയെ കാണുന്നില്ലല്ലോ. സീതാദേവി വരാതിരിക്കുമോ. വീണ്ടും അപമാനിക്കാൻ വിളിപ്പിച്ചതാണോ എന്നു ശങ്കിച്ചുകാണുമോ.

വസിഷ്ഠൻ : ദുശ്ശങ്കമൂലം തെറ്റുപറ്റിയത് നമ്മുടെ പക്ഷത്തല്ലെ. ദുശ്ശങ്കയുടേയും തെറ്റുകളുടേയും ലോകത്തിൽനിന്നും എത്രയോ ഉന്നതമായ പഥങ്ങളിലാണ് സീതയുടെ മാനസസഞ്ചാരങ്ങളെല്ലാം.

ശ്രീരാമൻ : ദേവിക്കു പകരം യാഗത്തിന്റെ ആവശ്യാർത്ഥം നാം ഉണ്ടാക്കിവെച്ച ഈ പ്രതിമ കണ്ടാൽ ദേവിക്കു എന്തുതോന്നും മുനിവരാ. ഒരു മിണ്ടാപ്പാവയിൽ കവിഞ്ഞ പ്രാധാന്യമൊന്നും ഭാര്യയ്ക്കു രാജാക്കന്മാർ കല്പിക്കുന്നില്ലെന്നു തെറ്റിദ്ധരിക്കില്ലെ.

വസിഷ്ഠൻ : മറ്റൊരു പത്നിയെ അങ്ങു സ്വീകരിക്കാൻ തയ്യാറാകാതിരുന്നതുകൊണ്ടല്ലെ.

ശ്രീരാമൻ : സീതയുടെ സ്ഥാനത്ത് മറ്റൊരു പത്നിയെ ഇരുത്താനോ? എനിയ്ക്കതിന്നു സാധിക്കുമോ മുനിവരാ.

വസിഷ്ഠൻ : അങ്ങയുടെ ഈ വിചാരമഹത്വം മനസ്സിലാക്കാൻ കഴിവില്ലാത്തവരാണ് സീത എന്ന് അങ്ങു കരുതുന്നുണ്ടോ.

ശ്രീരാമൻ : ഇല്ല... ഇല്ല... വീണ്ടും ഞാൻ ആ സ്വാധിയെ തെറ്റി ദ്ധരിക്കുന്നു. തത്സമയം ദ്വാരപാലകരിലൊരാൾ പ്രവേശിക്കുന്നു.

ദ്വാരപാലകൻ : വാല്മീകി മഹർഷി മഹാറാണിക്കൊപ്പം ആഗത നായിരിക്കുന്നു.

ശ്രീരാമൻ : *(ആവേശപൂർവ്വം)* കൂട്ടിക്കൊണ്ടു വരൂ.

(അല്പം കഴിഞ്ഞു വാല്മീകിമഹർഷിക്കു പിന്നാലെ അധോമുഖി യായി സീത പ്രവേശിക്കുന്നു. രണ്ടുപേരും രാമനെ വണങ്ങുന്നു. വാല്മീകി വസിഷ്ഠന്റെ അടുക്കൽ ചെല്ലുന്നു. സീത പ്രതിമയെ നോക്കി അല്പനേരം നിന്നശേഷം ശ്രീരാമനെ നോക്കുന്നു.)

ഭവതിയുടെ സ്ഥാനത്ത് മറ്റൊരു ഭാര്യയെ എനിക്കു സങ്കല്പിക്കാനാകുമായിരുന്നില്ലേ. അതുകൊണ്ടാണ് യാഗപൂർത്തിക്കായി ഭാര്യ യുടെ സ്ഥാനത്ത്, ഇങ്ങനെയൊരു പ്രതിമയെ നിർത്തേണ്ടിവന്നത്. ക്ഷമിക്കണം ദേവീ. വന്ദനം വാൽമീകി മഹർഷേ. അങ്ങു കോസലരാജവംശ ത്തിന്റെ നന്മക്കായി ചെയ്യുന്ന സേവനങ്ങൾ ഒരി യ്ക്കലും മറക്കാനാവാത്തതാണ്.

വാല്മീകി : കാട്ടിലുപേക്ഷിക്കപ്പെട്ട സീതയെ മകളായി ഞാൻ സ്വീകരിച്ചതും ഗർഭിണിയായ അവൾക്കു പ്രസവിക്കാനും പുത്രന്മാരെ വളർത്താനും സൗകര്യം നൽകിയതും എന്റെ ജന്മപുണ്യങ്ങ ളായി ഞാൻ കാണുന്നു രാമാ. അയോധ്യയിലെ അവകാശികളെ അങ്ങേയ്ക്കു തിരിച്ചു നൽകാൻ ഞാൻ നിമിത്തമായതിലും എനിക്കു അളവറ്റ ചരിതാർത്ഥത അനുഭവപ്പെടുന്നു.

ശ്രീരാമൻ : എല്ലാം അവിടുത്തെ അനുഗ്രഹം മഹർഷേ...

വസിഷ്ഠൻ : യജ്ഞകർമ്മങ്ങൾ അനുഷ്ഠിക്കാൻ ഇവിടെ സന്നിഹിതരായിട്ടുള്ള മഹർഷിപുംഗവന്മാരെ, അതു വീക്ഷിച്ചു പുണ്യം നേടാൻ ഇവിടെ അണി നിരന്നിട്ടുള്ള അയോധ്യയിലെ പൗരസഞ്ചയ ങ്ങളെ നാമിപ്പോൾ യാഗവേദിയിലെ ഏറ്റവും സന്തോഷകരമായ മുഹൂർത്തത്തിലേക്കു കടക്കു കയാണ്. എന്തിനും മീതെ പ്രജകളുടെ അഭിപ്രാ യങ്ങളെ മാനിച്ചുകൊണ്ടു പതിവ്രതയാണെന്നു

സ്വയം ബോധ്യമുണ്ടായിട്ടും അയോധ്യാധിപതിക്കു ഉപേക്ഷിക്കേണ്ടി വന്ന സീതാരാജകുമാരി പുത്രന്മാർക്കു പിന്നാലെ അയോധ്യയിൽ തിരിച്ചു വന്നിരിക്കയാണ്. സീതയെ പ്രതിനിധാനം ചെയ്ത പാവയെ നീക്കി യഥാർത്ഥ പട്ടമഹിഷിയെ യഥാസ്ഥാനത്ത് അവരോധിക്കും. കർമ്മത്തിനായി കുല ഗുരുവായ ഞാൻ അയോധ്യാധിപതിയോട് ആവശ്യപ്പെടുന്നു.

ശ്രീരാമൻ : (സദസ്സിനെ വണങ്ങി സീതയെ അല്പസമയം നോക്കിനിന്നശേഷം) സീതയെ വീണ്ടും പട്ടമഹിഷിയായി സ്വീകരിക്കുക എന്ന കർമ്മം എന്റെ ജീവിതത്തിലെ ഏറ്റവും വലിയ പുണ്യമാണ്. ആ ഒരു കർമ്മത്തിന്നായി ഞാൻ കാത്തിരിക്കയാണ്. പിൽക്കാലത്ത് ദുഷ്പ്രവാദമുണ്ടായേക്കാമെന്നു ഭയന്ന് പരിശുദ്ധി ലോകത്തിന്റെ മുമ്പിൽ തെളിയിക്കാൻ ഞാൻ ലങ്കയിൽവെച്ചു സീതയോടു ആവശ്യപ്പെട്ടതാണ്. പുഷ്പശയ്യയിലേക്കെന്നപോലെ ആളിക്കത്തുന്ന തീയിലേക്ക് ആ സാധ്വി നടന്നുപോയത് എന്റെ മനസ്സിലുണ്ട്. സീത ചാരിത്ര്യവതിയാണെന്ന് കാര്യത്തിൽ ഒരിയ്ക്കലും എനിക്കു ശങ്ക ഉണ്ടായിട്ടില്ല. അത് അയോധ്യയിലെ എന്റെ പ്രിയപ്പെട്ട പ്രജകൾക്കും ബോധ്യപ്പെടണമല്ലോ. അതിനായി സീത മറ്റൊരു പരീക്ഷണം കൂടി നേരിടേണ്ടതുണ്ട്. അതിനുശേഷമേ പട്ടമഹിഷിയായി സ്വീകരിക്കാൻ പറ്റുകയുള്ളൂ.

(എല്ലാവരും ഞെട്ടുന്നു.)

വാല്മീകി : ഛെ. ധർമ്മമൂർത്തിയായ രാമനിൽ നിന്നു കേൾക്കേണ്ട വാക്കുകളാണോ ഈ കേട്ടത്. അപവാദം പറയുന്നവരുടെ മുമ്പിലെല്ലാം ചെന്നു തീയിൽ ചാടി ചാരിത്ര്യശുദ്ധി തെളിയിക്കണമെന്നോ. അവിടെ സ്ഥാപിച്ചിട്ടുള്ള പാവയെപ്പോലെ സീതയും മറ്റൊരു പാവയാണെന്നോ.

വസിഷ്ഠൻ : കോസലാധിപന്റെ തീരുമാനത്തെ ചോദ്യംചെയ്യാൻ മഹർഷിമാരായാലും അനുവാദമില്ല വാല്മീകേ. ക്ഷോഭം മഹർഷിമാർക്ക് ഭൂഷണവു

മല്ല.

വാല്മീകി : അങ്ങയെപ്പോലുള്ള കുലഗുരുക്കന്മാരാണ് രാജാവിനെ തെറ്റായ മാർഗ്ഗത്തിലേക്ക് നയിക്കുന്നത്. തപസ്സ് ചെയ്യുന്ന ശൂദ്രനെ രാമനെക്കൊണ്ടു കൊല്ലിച്ചതും അങ്ങുതന്നെയല്ലെ.

വസിഷ്ഠൻ : അത് ധർമ്മരക്ഷയ്ക്കുവേണ്ടി, വർണ്ണാശ്രമ ധർമ്മം പാലിക്കേണ്ടത് ജനങ്ങളുടെ കടമയാണ്. വേദവിധിയും അങ്ങനെയാണ്.

വാല്മീകി : തരുണികളെയും പാദജന്മാരെയും നിന്ദിക്കുന്നതാണല്ലോ വേദവിധികൾ. ഇവിടെയിതാ മറ്റൊരു തരുണിഹീനമായ നിലയിൽ നിന്ദിക്കപ്പെടുന്നു.

സീത : (വാല്മീകിയെ തൊഴുതുകൊണ്ട്) എപ്പോഴോ മരിക്കേണ്ട എന്നെ വിളിച്ചുകൊണ്ടുപോയി സംരക്ഷിച്ചു എന്നെയും പുത്രന്മാരെയും ഇവിടെ വരെ എത്തിച്ചത് വാൽസല്യനിധിയായ അങ്ങാണ്. അങ്ങ് എനിക്ക് പിതൃസമാനമാണ്. അങ്ങ് എന്റെ മാനത്തിനുവേണ്ടി കലഹിക്കരുത്. മഹാമതേ, ഞാൻ നിശ്ചയിച്ചുകഴിഞ്ഞു. ഇപ്പോൾ ഈ വേദിയിൽ വെച്ചു എന്റെ പരിശുദ്ധി തെളിയിക്കാം.

രാമൻ : *(അത്യാഹ്ലാദത്തോടെ)* പതിവ്രതയായ സീതയ്ക്കു അതേ ചെയ്യാനാകൂ.

വസിഷ്ഠൻ : രാജർഷിയായ ജനകമഹാരാജാവിന്റെ മകൾ മറ്റൊരു തീരുമാനമെടുക്കുമെന്ന് ഞാൻ ശങ്കിച്ചിട്ടില്ല. വാൽമീകിയോടുള്ള കടപ്പാടിലും വലുതാണല്ലോ പത്നീധർമ്മം.

സീത : പക്ഷേ ഒരു കാര്യം ഞാൻ ഉറപ്പിച്ചു പറയുന്നു. എന്റെ ചാരിത്ര്യശുദ്ധി തെളിയിച്ചശേഷം പട്ടമഹിഷിയാവാൻ ഞാനുണ്ടാവില്ല.

രാമൻ : *(ഉത്സാഹം മുഴുവൻ കെട്ടടങ്ങുന്നു.)* സീത എനിക്കുവേണ്ടി പരിശുദ്ധി തെളിയിക്കാൻ തയ്യാറായ പോലെ പട്ടമഹിഷിയാവാനും തയ്യാറാവണം.

വസിഷ്ഠൻ : അതാണല്ലോ പത്നീധർമ്മം.

സീത : അത് പത്നീധർമ്മമല്ല. പാവകളുടെ ധർമ്മമാണ്. ആത്മാഭിമാനമുള്ളവളായിരിക്കണം പത്നി. മഹാരാജാവേ, എപ്പോഴും പതിയായ അങ്ങു

തന്നെ വിജയിച്ചു. ഒരിയ്ക്കലെങ്കിലും അങ്ങയുടെ പത്നിയെയും വിജയിക്കാൻ അനുവദിക്കൂ.

രാമൻ : ദേവീ, സാഹസമൊന്നും കാട്ടരുത്. രാമാജ്ഞ ലംഘിക്കപ്പെടാനുള്ളതല്ല.

സീത : അത് ഇതാ ലംഘിക്കപ്പെടുന്നു. സ്ത്രീയും ആത്മാഭിമാനമുള്ളവളാണെന്ന് തെളിയിക്കപ്പെടുന്നു. അയോധ്യയിലെ നിവാസികളെ കേട്ടോളൂ. എന്റെ ചാരിത്ര്യശുദ്ധി സംശയിച്ചതിൽ നിങ്ങൾ പശ്ചാത്തപിക്കാൻ പോകുന്നു. *(ശബ്ദമുയർത്തി)* മനസ്സുകൊണ്ടോ കർമ്മം കൊണ്ടോ വാക്കുകൾ കൊണ്ടോ ഈ നിൽക്കുന്ന രാമനെയൊഴിച്ചു മറ്റാരെങ്കിലുമായി ഞാൻ ബന്ധപ്പെട്ടിട്ടില്ല. എങ്കിൽ എന്റെ മാതാവായ ഭൂമീദേവി എന്നെ ഇവിടെനിന്നു മോചിപ്പിക്കണേ. ജനിച്ച ഉടനെ ജനകമഹാരാജാവിന്റെ യാഗശാലയിൽ ഉപേക്ഷിച്ച അമ്മേ മറ്റൊരു യാഗശാലയിൽ വെച്ചുതന്നെ എന്നെ തിരികെയെടുക്ക്.

(ഇത്രയും പറഞ്ഞുഭൂമിയിൽ നമസ്ക്കരിച്ച സീതയെ നർത്തകി വേഷത്തിൽ ഓടിയെത്തിയ ഭൂമിദേവി മാറിൽ ഏറ്റുവാങ്ങുന്നു. നാലുഭാഗത്തു നിന്നും ഓടിയെത്തിയ നർത്തകിമാർ ഭൂമിയേയും സീതയേയും ഒരു ഗഹ്വരം സൃഷ്ടിച്ചുകൊണ്ടു ഭൂമിയിൽ അന്തർധാനം ചെയ്തുവെന്ന പ്രതീതിയുണ്ടാക്കുന്നു. രംഗത്തുള്ളവരെല്ലാം എന്താണ് സംഭവിക്കുന്നതെന്നറിയാതെ വിഭ്രാന്തിയിൽ നിൽക്കുന്നതിനിടയിൽ നിമിഷനേരം കൊണ്ടുതന്നെ ഈ അന്തർധാനരംഗം തീരണം.

രാമൻ : (അത്യന്തം ക്ഷുഭിതനായി) സീതേ എന്റെ ആജ്ഞ ലംഘിച്ച് മാതാവിനെ വിളിച്ചുവരുത്തി അവരോടൊപ്പം അന്തർധാനം ചെയ്യുകയോ. അമ്മയേയും മകളെയും തിരികെ വരുത്താനും എനിക്കറിയാം. ആരവിടെ... എന്റെ ചാപവും തൂണീരവും കൊണ്ടുവാ. രാമബാണത്തിന്റെ ശക്തി രണ്ടുപേരും ഇപ്പോൾതന്നെ അറിയും.

വാൽമീകി : രാമാ....

(താക്കീത് സ്വരത്തിൽ വാല്മീകിയുടെ വിളികേട്ട് രാമനടക്കം എല്ലാവരും നിശ്ശബ്ദരാകുന്നു.)

കളി ശരിയായും മുഴുവനായും തീർത്തു രംഗ

വേദി വിട്ട നട്ടുവനെ വേദിയിലേക്ക് തന്നെ തിരികെ വിളിക്കാൻ ഒരു രാജാവിനും അധികാര മില്ല. ചരിതാർത്ഥതയാർന്ന ദേഹിയിൽ ഇനി യൊരു ജീവിതം സാധ്യവുമല്ല. വിധിവിഹിതമാ ണത്. വിധിവിഹിതം ലംഘിക്കാൻ ദൈവത്തിനും അധികാരമില്ല.

രാമൻ : *(തളർന്നുകൊണ്ട് പീഠത്തിൽ ചെന്നിരിക്കുന്നു.)* സീതയോട് എനിക്ക് അത്രമേൽ സ്നേഹമായി രുന്നു. അവൾ എന്നേക്കുമായി ലോകത്തോടു വിട പറഞ്ഞുപോയപ്പോൾ എനിക്കു സഹിക്കാൻ കഴിഞ്ഞില്ല മഹർഷിവര്യാ.

വാൽമീകി : സ്ത്രീകളെയും ശൂദ്രരെയും നിന്ദിക്കുന്ന വേദവി ധികൾക്കു പകരം അങ്ങയുടെ മഹത്തായ പൈതൃകം മാതൃകയാക്കിയിരുന്നെങ്കിൽ അങ്ങേയ്ക്ക് സീതയെ പരിത്യജിക്കേണ്ടിവരില്ലാ യിരുന്നു. ജീവനെപ്പോലെ സ്നേഹിക്കുന്ന സ്വന്തം മകനെ കാട്ടിലയക്കണമെന്നു പറഞ്ഞ സ്വാർത്ഥിയായ ഭാര്യയെ പോലും അനുസരിക്കു കയാണ് അങ്ങയുടെ പിതാവ് ചെയ്തത്. ഭാര്യ യുടെ ആകസ്മികനിര്യാണത്തിൽ ദുഃഖിച്ചു നീറി നീറി മരിക്കുകയായിരുന്നില്ലേ അങ്ങയുടെ പിതാ മഹനായ അജമഹാരാജാവ്. രാജധർമ്മ ത്തെയും വേദവിധികളെയും കുറിച്ചുള്ള ഒരു പുനർവിചിന്തത്തിനുള്ള അവസരമായി സീത യുടെ വേർപാടിനെ കാണുകയാണ് അങ്ങ് ചെയ്യേണ്ടത്. നരലോകത്തിൽ വന്നുപെടാവുന്ന സകലനരകദുഃഖങ്ങളെയും നിശ്ശബ്ദം സഹിച്ച ഒരു സ്ത്രീക്കുവേണ്ടി ഇങ്ങനെ ഉറക്കെ ശബ്ദി ക്കേണ്ടി വന്നതിൽ ഈ ചണ്ഡാള മഹർഷിക്ക് മാപ്പ് നൽകുക. ഓം ശാന്തി.

(എല്ലാവരും എഴുന്നേറ്റുവന്നു സീത അന്തർധാനം ചെയ്ത ഗഹ്വര ത്തിന്നു മുമ്പിൽ നിന്നു വന്ദിക്കുന്നു. യാഗശാലയിൽ മന്ത്രോച്ചാരണം വീണ്ടും ഉച്ചത്തിൽ മുഴങ്ങിക്കൊണ്ടിരിക്കെ .... കർട്ടൻ.)

രക്ഷയും പരീക്ഷയും

കഥാപാത്രങ്ങൾ

നാരദൻ

ശ്രീകൃഷ്ണൻ

വഴിപോക്കൻ

ഗന്ധർവ്വനാരി

സ്ഥലം:- കാട്. കാട്ടിൽക്കൂടി നാരദനും ശ്രീകൃഷ്ണനും നടക്കുകയാണ്. പിന്നിൽ കാടിനെ സൂചിപ്പിക്കുന്ന കർട്ടനോ കട്ടൗട്ടോ ആവാം. ദീപപ്രയോഗം കൊണ്ട് കാടിന്റെ കട്ടൗട്ടുകളിൽ മാറ്റം വരുത്തിക്കൊണ്ടിരിക്കാം. രംഗത്ത് സംസാരിച്ചുകൊണ്ടുനിൽക്കുകയും സൈഡ് കർട്ടനുകൾക്കിടയിലൂടെ നടക്കുകയും ചെയ്ത്, വർത്തമാനം പറഞ്ഞുകൊണ്ടു കാട്ടിൽക്കൂടി നടക്കുകയാണെന്നു പ്രേക്ഷകനെ ബോധ്യപ്പെടുത്താം.

നാരദൻ : ഭഗവാൻ മുകുന്ദനെന്തിനാ എന്നെ ദ്വാരകയിൽത്തന്നെ ഇങ്ങനെ പിടിച്ചുനിർത്തുന്നത്. ദേവകാര്യാർത്ഥം ലോകങ്ങളിലെല്ലാംചുറ്റി സഞ്ചരിക്കേണ്ടവനല്ലേ ഞാൻ.

ശ്രീകൃഷ്ണൻ : എന്താ ദേവർഷി നാരദർ പറയുന്നത്. ഞാൻ അങ്ങയെ ദ്വാരകയിൽത്തന്നെ പിടിച്ചുനിർത്തുന്നുവെന്നോ.

നാരദൻ : എവിടെ ചെന്നാലും ഇങ്ങനെയൊരു സുഖം എനിക്കു ലഭിക്കുന്നില്ല എന്നു പറയുകയായിരുന്നു. ദ്വാരകയുടെ ശുദ്ധിയും സൗന്ദര്യവും ദേവനാരികളേക്കാൾ മോഹിപ്പിക്കുന്ന സ്ത്രീകളും രമ്യഹർമ്മ്യങ്ങളും ഹോ... ആർക്കാണ് ഇവിടുന്ന് പോകുവാൻ തോന്നുക. എല്ലാം ഭഗവാൻ കാരണമല്ലേ.

ശ്രീകൃഷ്ണൻ : സ്തുതിക്കാനും നിന്ദിക്കാനും നാരദമുനിയോളം വൈദഗ്ധ്യം ലോകത്തിൽ മറ്റാർക്കുമില്ലെന്നെനിക്കറിയാം. സ്തുതി കഴിഞ്ഞു. ഇനി അല്പം നിന്ദയുമായിക്കൂടെ.

നാരദൻ : അതിന്നൊരവസരം തരുന്നില്ല എന്നതാണല്ലോ ഭഗവാനെക്കുറിച്ചു എനിക്കുള്ള പരാതി. ഭാര്യമാരുടെ എണ്ണത്തിൽ സാക്ഷാൽ സ്വർലോകാധിപനെപ്പോലും തോല്പിച്ച ആളാണല്ലോ ഭഗവാൻ

മുകുന്ദൻ. ദേവേന്ദ്രൻ പക്ഷേ താൻ സ്വന്തമാക്കുന്ന സ്ത്രീകളെയൊന്നും ഭാര്യമാരായി സ്വീകരിച്ചു സംരക്ഷിക്കുന്ന പതിവൊന്നുമില്ല. അതിന്റെ പേരിൽ ഏറിയ നിന്ദകൾ നിത്യവും കേൾക്കുന്ന ആളാണല്ലോ ഞങ്ങളുടെ ദേവലോകനാഥൻ. അങ്ങനെ നിന്ദാവഹമായി വല്ലതുമുണ്ടെങ്കിൽ നേരിട്ടു മനസ്സിലാക്കി പലരും അങ്ങയെക്കുറിച്ചുന്നയിക്കുന്ന സംശയങ്ങൾക്ക് മറുപടി പറയാമല്ലോ എന്ന ഒരു ഗൂഢോദ്ദേശ്യവും എന്റെ ഇത്തവണത്തെ വരവിനുണ്ടായിരുന്നു.

ശ്രീകൃഷ്ണൻ : എന്നിട്ട് എന്തൊക്കെ നിന്ദനീയ കാര്യങ്ങൾ കണ്ടെത്തി.

നാരദൻ : നിന്ദകളോ. കേട്ടോളൂ. ഓരോ ഭാര്യക്കും ഓരോ രമ്യഹർമ്മ്യം. എല്ലായിടത്തും അതിമനോഹരമായ ഉദ്യാനങ്ങൾ. എല്ലായിടത്തും അങ്ങയുടെ സാന്നിധ്യം. ചിലദിക്കിൽ അവർ നിങ്ങളുടെ മടിയിൽ മറ്റു ചിലദിക്കിൽ നിങ്ങൾ അവരുടെ മടിയിൽ. ചില ദിക്കിൽ ഭക്ഷണം കഴിക്കുന്നു. മറ്റൊരിടത്ത് ചതുരംഗം കളിക്കുന്നു. എല്ലാവരും രത്നാഭരണങ്ങളുമണിഞ്ഞു പട്ടുവസ്ത്രവും ധരിച്ചു സുഗന്ധതൈലം പൂശി നിൽക്കുന്നു. അങ്ങയുടെ മുരളീഗാനത്തിന്നനുസ്സരിച്ചു നൃത്തം ചെയ്യാനും എല്ലാവർക്കും അറിയാം. ഒന്നോ രണ്ടോ ഭാര്യമാരെവെച്ച് അവരുമായി നിത്യം തല്ലും ശകാരവും ശാപവചനങ്ങളുമായി കഴിയുന്ന മറ്റു ഗൃഹനാഥന്മാരെപ്പോലുള്ളവർക്കു സഹിക്കുന്നതാണോ നിങ്ങൾ ചെയ്യുന്ന ഇത്തരം നിന്ദാവഹമായ കൃത്യങ്ങൾ.

ശ്രീകൃഷ്ണൻ : (ചിരിച്ചുകൊണ്ട്) പത്നിയായി സ്വീകരിച്ച സ്ത്രീകളെ സന്തോഷിപ്പിക്കേണ്ടതും അവരെ സുഖമായി ജീവിപ്പിക്കേണ്ടതും എല്ലാ പുരുഷന്മാരുടെയും കർത്തവ്യമല്ലേ നാരദരേ. അതിൽ സ്തുതിക്കേണ്ടതായി ഒന്നുമില്ല. എന്റെ പത്നികളിൽ ആരെയും സുഖഭോഗേച്ഛകൊണ്ടു പിടി

ച്ചുകൊണ്ടുവന്നു പാർപ്പിക്കുന്നതും മറ്റുമല്ല. നരകാസുരനെപ്പോലെയുള്ളവർ ദേവലോകത്തുനിന്ന് ഭൂമിയിൽക്കൊണ്ടുവന്നു തടവിൽ പാർപ്പിച്ചവരാണ് അവരിൽ ഭൂരിഭാഗവും. നരകാസുരനെ വധിച്ചശേഷവും ഭൂലോകത്തിൽ വസിച്ചതുകൊണ്ട് ദേവലോകത്ത് പ്രവേശനം നിഷിദ്ധമായി വന്നതിനാൽ എന്റെകൂടെ വന്നതാ. അവർക്കും ഒരു ജീവിതം വേണ്ടേ. മറ്റുള്ള ഭാര്യമാരെല്ലാം ഓരോരോ അവസരങ്ങളിൽ പിതാക്കന്മാർ തന്നെ സ്വീകരിക്കണമെന്ന് അപേക്ഷയുമായി വന്നു എനിക്ക് സമർപ്പിച്ചതാ. രുഗ്മിണിയെപ്പോലുള്ളവർ ഞാൻ തന്നെ വേണമെന്ന പ്രാർത്ഥനയോടെ എന്റെകൂടെ വരും.

നാരദൻ : എല്ലാം നാരദർക്കറിവുള്ളതല്ലേ. എന്നാൽ ഭാര്യമാർ അധികമാകുമ്പോൾ സംഭവിക്കാവുന്ന ചെറിയ നോട്ടപ്പശകുപോലും എങ്ങും കാണാൻ എനിക്ക് കഴിഞ്ഞില്ല മുകുന്ദാ. ലോകം മുഴുവൻ എപ്പോഴും സഞ്ചരിച്ചുകൊണ്ടിരിക്കുന്ന എനിക്ക് ഇതുപോലൊരു വിസ്മയാനുഭവം എവിടെനിന്നുമുണ്ടായില്ല. അതേസമയം ദേവലോകമാതാവിന്റെ അപേക്ഷ കേട്ടപ്പോൾ ദ്രോഹിയായ നരകാസുരനെ വധിച്ച് ദേവന്മാരെ രക്ഷിക്കാനും അങ്ങ് സമയം കണ്ടെത്തി.

ശ്രീകൃഷ്ണൻ : ഗൃഹസ്ഥാശ്രമങ്ങളിൽ മുഴുകി ശിഷ്ടസംരക്ഷണം എന്ന എന്റെ പ്രധാന കർത്തവ്യങ്ങളിലൊന്നും ഞാൻ വീഴ്ച വരുത്താറില്ല നാരദരേ..

നാരദർ : വാസ്തവം. നരകാസുരനെയും മറ്റും വധിക്കാൻ അങ്ങെത്ര ബുദ്ധിമുട്ടിയെന്നതിന്നും മറ്റും ഞാൻ ദൃക്സാക്ഷിയായിരുന്നില്ലേ.

ശ്രീകൃഷ്ണൻ : *(അകലെയവിടെയോ ശ്രദ്ധിച്ച്)* അതാരാ അവിടെ കിടക്കുന്നത്. അവശനാണെന്നു തോന്നുന്നു.

(കൃഷ്ണനും നാരദനും തിരക്കിട്ടു അവശനായ വ്യക്തിയുടെ അടുത്തു ചെല്ലുന്നു. ഒരുവഴിപോക്കൻ പാറക്കല്ലിൽ കിടന്നു ഞെരങ്ങുകയും 'വെള്ളം.. ദാഹിക്കുന്നു.. ഈശ്വരാ ഞാനിപ്പോൾ ചാവുമെന്നു തോന്നു

ന്നല്ലോ' എന്നും മറ്റും വിലപിച്ചുകൊണ്ടിരിക്കയും ചെയ്യുന്നു. കൃഷ്ണൻ അയാളെ എടുത്തു മടിയിൽക്കിടത്തി തലോടി ആശ്വസിപ്പിക്കുന്നു).

നാരദരെ ഉടനെ ചെന്നു വെള്ളം കൊണ്ടുവരൂ.. ബഹുദൂരം യാത്ര ചെയ്ത് വരുന്നവനാണ് എന്നു തോന്നുന്നു. വെള്ളം കുടിച്ച് അല്പം വിശ്രമിച്ചാൽ എല്ലാം ശരിയാകും.

നാരദർ : ഇതാ വെള്ളവുമായി നിമിഷം കൊണ്ടെത്തി. നമുക്കവനെ രക്ഷിക്കണം.

(നാരദൻ തിരക്കിട്ടു പോകുന്നു. കൃഷ്ണൻ വഴിപോക്കന്റെ ശരീരം സ്നേഹത്തോടെ തലോടുന്നുണ്ട്. പതുക്കെ വഴിപോക്കൻ ആശ്വാസം തോന്നുന്ന മട്ടിൽ എഴുന്നേറ്റിരുന്നു കൃഷ്ണനെത്തന്നെ നോക്കിക്കൊണ്ടിരിക്കുന്നു.)

വഴിപോക്കൻ : നിങ്ങളാരാ... നിങ്ങൾ തലോടിയപ്പോൾ എന്റെ അവശതകളൊക്കെ മാറിയതുപോലെ.

ശ്രീകൃഷ്ണൻ : അവിടെത്തന്നെ കിടന്നോളൂ. മഹർഷി ഇപ്പോൾ വെള്ളവുമായി എത്തും. വെള്ളം കുടിച്ചു ദാഹം മാറ്റി ഇവിടെ അല്പനേരംകൂടി വിശ്രമിച്ചാൽ നിങ്ങളുടെ തളർച്ചയെല്ലാം മാറി ആരോഗ്യം വീണ്ടുകിട്ടും.

വഴിപോക്കൻ : ഞാൻ പറഞ്ഞില്ലേ എന്റെ തളർച്ചയും ദാഹവുമെല്ലാം പോയി. നിങ്ങൾ തലോടുമ്പോൾ നല്ല സുഖം തോന്നുന്നു. നിങ്ങൾ ആരാ ഏതെങ്കിലും വലിയ ഭിഷഗ്വരനാണോ?

ശ്രീകൃഷ്ണൻ : ഭിഷഗ്വരനോ ഞാനോ. അതിന്നു ഞാൻ നിങ്ങൾക്ക് ഔഷധമൊന്നും തന്നില്ലല്ലോ.

വഴിപോക്കൻ : അതൊന്നും എനിക്കറിയില്ല. ശരീരം തളർന്നു ഇവിടെ വീണപ്പോൾ മരിച്ചുവെന്നുറപ്പാക്കിയതാ. ഇപ്പോൾ ശരീരത്തിന്ന് ക്ഷീണമോ വിശപ്പോ ദാഹമോ ഒന്നുമില്ല. എനിക്കുടനെ പോകണം. സന്ധ്യ മയങ്ങുന്നതിന്ന് മുമ്പ് ഗുരുവിന്റെ അടുക്കലെത്തണം. ഇവിടെ അടുത്തുതന്നെയുള്ള ഒരു ദുർഗ്ഗാക്ഷേത്രത്തിലെ പൂജാരിയാ എന്റെ ഗുരു. അദ്ദേഹത്തോടൊപ്പം നാളെ പ്രഭാതത്തിൽ ദ്വാരകയിൽ ചെന്നു കൃഷ്ണ ഭഗവാനെ കാണാനുള്ളതാ.

ശ്രീകൃഷ്ണൻ : നിങ്ങളുടെ നാടേത്.

വഴിപോക്കൻ : അങ്ങകലെ കാശീദേശത്താ.

ശ്രീകൃഷ്ണൻ : ഇത്രയും ദൂരം സഞ്ചരിച്ചു കൃഷ്ണനെ കാണേണ്ട കാര്യം?

വഴിപോക്കൻ : നിങ്ങൾ ഈ നാട്ടിലൊന്നുമല്ലെ. കൃഷ്ണൻ ഈശ്വരനാണ്. അദ്ദേഹത്തെ കണ്ടാൽ ചെയ്തു കൂട്ടിയ പാപങ്ങൾക്കെല്ലാം പരിഹാരമാകും. ജീവിതത്തിൽ സമ്പത്തും ഐശ്വര്യവും ഉണ്ടാവുകയും ചെയ്യും. ദാരിദ്ര്യദുഃഖം സഹിക്കാൻ കഴിയാതെ നാടുവിട്ട ഗുരുനാഥൻ കൃഷ്ണഭഗവാനെ കണ്ടതിന്നുശേഷമാണ്. പൂജാകർമ്മങ്ങളും മറ്റും നടത്തി ധാരാളം ധനം സമ്പാദിച്ചത്.

(എഴുന്നേറ്റുനിന്ന് തന്റെ കൈയിനും കാലിനുമെല്ലാം ശക്തി കിട്ടിയോ എന്നു പരീക്ഷിച്ചശേഷം പുറപ്പെടാൻ ഭാവിക്കുന്നു.)

ശ്രീകൃഷ്ണൻ : മഹർഷി ഉടനെ വെള്ളവുമായി എത്തും. വെള്ളം കുടിച്ചിട്ടു പോയാൽ മതി. ഇനിയും യാത്ര ചെയ്യേണ്ടതല്ലേ.

വഴിപോക്കൻ : എന്റെ ക്ഷീണമെല്ലാം നിങ്ങൾ തൊട്ടത് മുതല്ക്കേ ഇല്ലാതായി. നിങ്ങൾ അസാമാന്യ വൈഭവമുള്ള ഒരു ഭിഷഗ്വരൻ തന്നെ. എന്നിട്ടെന്താ ഒരു രത്നമാലപോലും വാങ്ങി കഴുത്തിലിടാത്തത്. ഇങ്ങനെ കാട്ടുപൂക്കളും കോർത്തു കെട്ടി നടക്കേണ്ട ആളാണോ നിങ്ങൾ. കൃഷ്ണഭഗവാനെ അനുകരിച്ചു ഒരു മയിൽപ്പീലി കെട്ടി നടന്നതുകൊണ്ടൊന്നും മഹത്വം കിട്ടില്ല. ശരി. നമുക്കിനിയും കാണാം. പറഞ്ഞുനിൽക്കാൻ സമയമില്ല.

(വഴിപോക്കൻ പോകുന്നു. കൃഷ്ണൻ മന്ദഹസിച്ചുകൊണ്ടു ആ പോക്കുനോക്കി നിൽക്കുന്നു)

കൃഷ്ണൻ : നാരദർ എവിടെപ്പോയിക്കിടക്കിാ. അടിയന്തരമായി വെള്ളംകൊണ്ടുവരാമെന്നു പറഞ്ഞിട്ടുപോയതാ. വല്ല അപകടവും പറ്റിയോ.

('നാരദരേ' എന്ന് നീട്ടിവിളിച്ചുകൊണ്ട് പുറത്തേക്ക് പോകുകയും

സൈഡ് കർട്ടനുകളിലൂടെ മാറിമാറി പ്രവേശിക്കുകയും ചെയ്യുന്നു. തത്സ മയം ചിരിച്ചുല്ലസിച്ചുകൊണ്ട് നാരദൻ. ഒരു യുവതിയോടൊപ്പം പ്രവേ ശിക്കുന്നു. കൃഷ്ണൻ അവരെ കാണുന്നില്ല. രംഗത്തുമില്ല. യുവതിയോ ടൊത്തു കുറച്ചുനേരംകൂടി ഓടിക്കളിച്ചു രണ്ടുപേരും ശിലാതല്പങ്ങളിൽ ഇരിക്കുന്നു.)

യുവതി : എന്റെ ഭാഗ്യംകൊണ്ടോ ഗന്ധർവ്വനാരികൾ മാത്രം കുളിക്കുന്ന പൊയ്കയിൽ അങ്ങേയ്ക്കു വരാൻ തോന്നിയത്.

നാരദൻ : ഭവതിയെ കണ്ടുമുട്ടിയത് എന്റെ ഭാഗ്യം. എന്തൊരഴക്. എന്തൊരു വാഗ്വിലാസം. എന്റെ കണ്ണിന്നു കർപ്പൂരമായും ഹൃദയത്തിന്ന് തേൻകു ഴമ്പായും അല്ലയോ ഗന്ധർവ്വകന്യകേ നീ എനിക്കു നല്കിയ സന്തോഷനിമിഷങ്ങൾ ഞാൻ ഒരിക്കലും മറക്കില്ല.

യുവതി : മറക്കേണ്ട ആവശ്യം വരുന്നില്ലല്ലോ. ഞാൻ ഗന്ധർവ്വസ്ത്രീ. അങ്ങും ദേവലോകത്ത് നിന്നു വന്ന ആൾ. ഇതുപോലൊരാളെയാണ് അച്ഛൻ എനിക്കായി അന്വേഷിക്കുന്നത്. ഉടനെ വിവാഹം ചെയ്തു നമുക്കു അനന്തകാലം ഇവിടെ വസിക്കാം.

നാരദർ : അതു നടപ്പില്ല സുന്ദരീ. ദേവലോകത്ത് ജോലി യുള്ള എനിക്ക് ഭൂമിയിൽ താമസിക്കാൻ അനു വാദമില്ല.

യുവതി : അതിനെന്താ എനിക്കു ദേവലോകത്തും വസി ക്കാമല്ലോ. ദേവലോകത്തെ ഗായകന്മാരല്ലെ ഗന്ധർവ്വന്മാർ.

(പെട്ടെന്ന് കൃഷ്ണൻ പ്രവേശിച്ച് രണ്ടുപേരെയും നിരീക്ഷിച്ചുകൊണ്ടു നിൽക്കുന്നു.)

നാരദൻ : അപ്പോൾ ഭവതി പോകയല്ലേ. നമുക്ക് ഇനിയും വല്ലപ്പോഴും കാണാം.

യുവതി : പോവാനോ.. നിങ്ങളെ കൂട്ടാതെയോ. ഉടനെ അച്ഛനെക്കണ്ട് വിവാഹം നടത്തണം. ഗാന്ധർവ്വ വിവാഹത്തിന് മുഹൂർത്തമോ ചടങ്ങോ ഒന്നും ആവശ്യമില്ല.

നാരദൻ	:	ദയവായി ഇങ്ങനെയൊന്നും പറയരുത്. ഞാൻ വെറുതെ ഒരു നേരംപോക്കിന് വല്ലതുമൊക്കെ പറഞ്ഞുവെന്നല്ലാതെ വിവാഹമൊന്നും എന്റെ മനസ്സിലേ ഉണ്ടായിട്ടില്ല.
യുവതി	:	വെറും മനുഷ്യരെപ്പോലെ സംസാരിച്ചാലുണ്ടല്ലോ. അച്ഛനറിഞ്ഞാൽ വെട്ടിക്കൊല്ലും. വാ, എന്റ കൂടെ, വീട്ടിലേക്ക്.
ശ്രീകൃഷ്ണൻ	:	എന്താ ഇവിടെ ഒരു തർക്കം.
നാരദൻ	:	ഭഗവാനേ കൃഷ്ണാ..
യുവതി	:	കൃഷ്ണഭഗവാനോ! ഭഗവാനേ... *(യുവതി ചെന്ന് നമസ്ക്കരിക്കുന്നു.)* ആടയാഭരണങ്ങളും കിരീടവും മറ്റും ഇല്ലാത്തതുകൊണ്ട് ഭഗവാനെ പെട്ടെന്ന് തിരിച്ചറിഞ്ഞില്ല.
ശ്രീകൃഷ്ണൻ	:	നീ ആരാ കുട്ടി
യുവതി	:	എന്നെ മനസ്സിലായില്ലേ. ഞാൻ ദ്വാരകയിൽ എപ്പോഴും വരുന്നതല്ലേ. ഗുണവർണ്ണന്റെ മകളല്ലേ.
ശ്രീകൃഷ്ണൻ	:	നമ്മുടെ ഗായകസംഘത്തലവന്റെ മകളോ. എനിക്ക് പെട്ടെന്ന് മനസ്സിലായില്ല. എന്തിനാ മഹർഷിയുമായി ശണ്ഠ കൂടിയത്.
യുവതി	:	ഞാൻ താമരപൊയ്കയിൽ കുളിക്കാൻ ചെന്നപ്പോൾ ഇയാൾ അവിടെ വന്നു. ദേവലോകത്തു നിന്ന് വന്ന ആളാണെന്നു തോന്നി അദ്ദേഹത്തെ വന്ദിച്ചു. അദ്ദേഹം എന്നോട് സരസസംഭാഷണത്തിലേർപ്പെട്ടപ്പോൾ ഞാനങ്ങു ഇഷ്ടപ്പെട്ടു പോയി. മനസ്സിന്നു ഇഷ്ടപ്പെട്ട ഒരു ദേവലോകവാസിയോടു ഗന്ധർവ്വനാരി വിവാഹാഭ്യർത്ഥന നടത്തിയത് തെറ്റാണോ ഭഗവാനേ..
ശ്രീകൃഷ്ണൻ	:	ഇദ്ദേഹം ആരാണെന്നു കരുതിയാ കുട്ടി വിവാഹഭ്യർത്ഥന നടത്തിയത്. ത്രൈലോക്യപൂജ്യനായ നാരദമഹർഷിയാണിദ്ദേഹം.
യുവതി	:	മുനീശ്വരാ.. വീണയും മറ്റും കാണാത്തതുകൊണ്ട് എനിക്ക് തിരിച്ചറിയാൻ കഴിഞ്ഞില്ല. *(കാൽക്കൽ വീണുകൊണ്ട്)* ക്ഷമിക്കൂ ദേവർഷേ.

(എഴുന്നേറ്റ്) എന്റെ പിതാവ് പാടുന്ന പാട്ടുകളെല്ലാം അങ്ങു പാടിപ്പഠിപ്പിച്ചതാണ്. രാവിലെ എഴുന്നേറ്റ് അങ്ങയുടെ വിഗ്രഹത്തിൽ തൊഴുതിട്ടേ അച്ഛൻ മറ്റു പ്രവൃത്തികളിൽ മുഴുകാറുള്ളൂ. അങ്ങനെയുള്ള മഹാനായ അങ്ങയെ.. *(കരയുന്നു)* എനിക്കു മാപ്പുതരൂ.. *(വീണ്ടും വണങ്ങുന്നു)*

ശ്രീകൃഷ്ണൻ : സാരമില്ല കുട്ടി. ആളറിയാതെ സംഭവിച്ചതല്ലെ.

(ഒരിക്കൽക്കൂടി രണ്ടുപേരെയും വണങ്ങി നാണിച്ച് ഓടിപ്പോകുന്നു.)

നാരദൻ : കൃഷ്ണൻ തക്കസമയത്ത് തന്നെ എത്തി. ഇല്ലെങ്കിൽ സ്ഥിതി വളരെ വഷളാകുമായിരുന്നു. അല്ലെങ്കിലും നാരദന്നു ഇത്തരം അമളി ഇതാദ്യമല്ലല്ലോ.

ശ്രീകൃഷ്ണൻ : അല്ല നാരദരെ, നിങ്ങൾ ദാഹിച്ചു മരിക്കാൻ പോകുന്ന ഒരു രോഗിക്ക് വെള്ളം കൊണ്ടുവരാൻ പോയതായിരുന്നില്ലേ..

നാരദൻ : (എന്തോ ഓർമ്മ വന്നപോലെ) ഓ! ശരിയാണ്. അവശനായ ഒരു രോഗിക്കു വെള്ളവും തേടിപ്പോയതല്ലേ. അപ്പോഴേക്കും അവൾ... ഛേ, ഒരു മഹർഷിയല്ലേ ഞാൻ. എന്നിട്ട് അയാൾ എവിടെ. ഞാൻ ഇപ്പോൾ ചെന്നു വെള്ളം കൊണ്ടുവരാം.

(പുറത്തേക്ക് ഓടുന്നു)

കൃഷ്ണൻ : വെള്ളം വേണ്ട. അയാൾ പോയി.

നാരദൻ : ചത്തോ ഭഗവാനേ. ഞാനെന്തൊരു പാപിയാണ്.

കൃഷ്ണൻ : അയാൾ ദാഹം മാറി പോയെന്നാ പറഞ്ഞത്. സൂര്യാസ്തമയത്തിന്ന് മുമ്പായി ഗുരുവിന്റെ സമീപത്തെത്താനുള്ളതാ.

നാരദൻ : ചത്തില്ല അല്ലേ. ആശ്വാസം. ഛെ.. ഈ നാരദനെന്താ ഇങ്ങനെ. ഇടയ്ക്കിടെ ചില അമളികൾ ഒപ്പിക്കുക. ലോകം മുഴുവൻ സഞ്ചരിച്ച് ഏഷണികൂട്ടി തമ്മിലടിപ്പിക്കുക. അല്പസമയം ഏതെങ്കിലും സുന്ദരിയോടൊത്തു ഒന്നു സല്ലപിച്ചിരിക്കാമെന്നുവെച്ചാൽ അതിന്നുപോലും അനുവാദമില്ല. ഒരു ദേവർഷി.

ശ്രീകൃഷ്ണൻ : സ്വന്തം കർത്തവ്യം മറന്നു സുഖഭോഗങ്ങൾക്കു പുറമെ പോകുമ്പോഴാണ് അത് അമളിയായി മാറുന്നത്. നിരവധി ഭാര്യമാരോടൊത്തു ജീവിക്കുന്ന ഞാൻ കർത്തവ്യങ്ങളിൽ ഒരിക്കലും വീഴ്ച വരുത്താറില്ല. വിധി ഒരുക്കിത്തരുന്ന സുഖഭോഗങ്ങൾ തട്ടിമാറ്റാതെതന്നെ നമുക്കത് സാധിക്കണം.

നാരദർ : അത്തരം വിസ്മയങ്ങൾ കാട്ടാൻ ഞാൻ അങ്ങയെപ്പോലെ മഹാവിഷ്ണുവിന്റെ പൂർണ്ണാവതാരവും മറ്റുമല്ലല്ലോ. ദേവർഷികൾക്ക് ഗൃഹസ്ഥാശ്രമം വിധിച്ചിട്ടുണ്ടെങ്കിലും എനിക്കതിന്ന് എവിടെയാ സമയം. ആഴ്ചയിലൊരിക്കലെങ്കിലും പതിന്നാലുലോകങ്ങളിലും എത്തി വാർത്തകൾ ശേഖരിച്ചു ദേവേന്ദ്രന് സമർപ്പിക്കേണ്ടേ.

ശ്രീകൃഷ്ണൻ : ധർമ്മവിരുദ്ധരായി പ്രവർത്തിക്കുന്നവരെ നിർമ്മാർജ്ജനം ചെയ്യാൻ അങ്ങയുടെ വാർത്തകളിലൂടെയല്ലെ സാധിക്കുന്നത്. എന്റെ കാലശേഷം ദ്വാപരയുഗം അവസാനിക്കും. പിന്നെ വരുന്നത് കലിയുഗമാണ്. അവിടെ വാർത്താവിതരണം ധർമ്മവിരുദ്ധർ പിടിച്ചടക്കും.

നാരദർ : അതെയോ. എങ്കിൽപ്പിന്നെ എന്റെ ഭൂലോകയാത്ര അതോടെ അവസാനിക്കും. എന്നാൽ അപ്പോഴും ദ്വാരകയിൽ ഇടയ്ക്കെങ്കിലും വരാൻ സാധിക്കുകയില്ലല്ലോ എന്ന ദുഃഖം അവശേഷിക്കും.

ശ്രീകൃഷ്ണൻ : പുതിയ യുഗം തുടങ്ങുംമുമ്പേ സാഗരം എനിക്കായി സമർപ്പിച്ച ദ്വാരകയെ സാഗരംതന്നെ തിരിച്ചെടുക്കും.

നാരദൻ : അതുനന്നായി. അങ്ങില്ലാതെ പിന്നെ എന്തു ദ്വാരക. നാരായണ... നാരായണ...

(നാരദൻ കൃഷ്ണനെ സ്തുതിച്ചു ഒരു കീർത്തനം പാടിക്കൊണ്ടിരിക്കെ...)

കർട്ടൻ

www.ingramcontent.com/pod-product-compliance
Lightning Source LLC
LaVergne TN
LVHW060151051026
849517LV00007B/2631